രസതന്ത്ര ചരിത്രകഥകൾ

Rasathanthra Charithrakadhakal

P P K Pothuval

CHINTHA PUBLISHERS
Thiruvananthapuram

First Edition
February 2010

Third Edition
March 2017

Second Impression
February 2022

Published & Typesetting
Chintha Publishers, Thiruvananthapuram

Printed at
Repro India Ltd. Mumbai

Cover Design
Mahesh

ISBN : 978-81-26204-08-3

CR - VV. 68 / 1648 / 5845

Email: chinthapublishers@gmail.com
Website: www.chinthapublishers.com

A version is available at National Libraries
Kolkata, Mumbai, Chennai and Delhi

Distribution
DESHABHIMANI BOOKHOUSE
H O Thiruvananthapuram 695035

Branch
Head Office Kunnukuzhi • Statue Thiruvananthapuram
KSRTC Bus Terminal Thampanoor • Saphalyam Complex Thiruvananthapuram
KSRTC Bus Station Alappuzha • KSRTC Bus Station Ernakulam
Machingal Lane Thrissur • IG Road Kozhikode
Mavoor Road Kozhikode • NGO Union Building Kannur
Central Bus Terminal Complex Thavakkara Kannur

രസതന്ത്ര ചരിത്രകഥകൾ

പി പി കെ പൊതുവാൾ

ചിന്ത പബ്ലിഷേഴ്സ്
തിരുവനന്തപുരം-695 035

പി പി കെ പൊതുവാൾ

1946 ൽ കാസർകോട് ജില്ലയിലെ തൃക്കരിപ്പൂരിൽ ജനനം. അധ്യാപകൻ, പരിഷത്ത് പ്രവർത്തകൻ. വിവർത്തനങ്ങളടക്കം മുപ്പതിലേറെ കൃതികൾ രചിച്ചിട്ടുണ്ട്. വിജ്ഞാന സാഹിത്യത്തിനുള്ള സംസ്ഥാന ബാലസാഹിത്യ അവാർഡ്, പി ടി ബി അവാർഡ്, ബെസ്റ്റ് പബ്ലിക് ഒബ്സർവർ അവാർഡ്, സ്കൂൾ കുട്ടികളിലെ നയവൈകല്യങ്ങളെക്കുറിച്ചു തയാറാക്കിയ പ്രോജക്ടിന് കേന്ദ്ര ആരോഗ്യ മന്ത്രാലയത്തിന്റെ പുരസ്കാരം എന്നിവ ലഭിച്ചിട്ടുണ്ട്.

പരിസ്ഥിതിക്കവിതയ്ക്ക് ഒരാമുഖം, പരിസ്ഥിതി ബോധവും സംസ്കാരവും, ഭൂമിക്ക് ഒരവസരം നൽകൂ, ഡാർവിന്റെ ആത്മകഥ, ബയോടെക്നോളജിയുടെ ലോകം, ചാർളി ചാപ്ലിൻ, ജറാൾഡ് ഡ്യൂറലിന്റെ വനയാത്രകൾ, ശാസ്ത്രം ശാസ്ത്രജ്ഞർ (പരിഭാഷ), *അവശ്യമരുന്നുകളുടെ രാഷ്ട്രീയം* (പരിഭാഷ) ഉൾപ്പെടെ നിരവധി കൃതികൾ.

വിലാസം : പി പി കെ പൊതുവാൾ
തങ്കയം, തൃക്കരിപ്പൂർ പി ഒ
കാസർകോട് ജില്ല
പിൻ - 671 310
ഫോൺ - 9495 343836

ഉള്ളടക്കം

ആമുഖം

സമയയന്ത്രത്തിലേറി കാലത്തിലൂടെ പിന്നോട്ട് പിന്നോട്ടൊരു യാത്ര നടത്തുകയാണ് നാം. രസതന്ത്രം പിറന്നുവീണ ആ ആദ്യനാളുകൾ. അത് പിച്ചവച്ചു നടന്നകാലം, അതിന്റെ വളർച്ച, അതിമഹനീയമായ ഇന്നത്തെ അവസ്ഥ – എല്ലാം നാം കാണുന്നു. അതെല്ലാം സാധ്യമാക്കിയ മഹദ് വ്യക്തികളെ അടുത്തറിയുന്നു. അവരോരോരുത്തരും ജീവിച്ച കാലഘട്ട ങ്ങളുടെ സ്പന്ദനം തൊട്ടറിയുന്നു. എന്തെല്ലാം ത്യാഗങ്ങളിലൂടെയാണ് മനുഷ്യൻ ഇന്നത്തെ അസൂയാവഹമായ അവസ്ഥയിലെത്തിച്ചേർന്ന തെന്ന് നിങ്ങൾക്കിതിൽനിന്നു വായിച്ചെടുക്കാം. അതുകൊണ്ട് ഈ കഥ കൾ രസതന്ത്രത്തിന്റെ ചരിത്രം മാത്രമല്ല പറയുന്നത്. സമൂഹത്തിന്റെയും സംസ്കാരത്തിന്റെയും വികാസപരിണാമങ്ങൾകൂടി ഈ കഥകൾ അട യാളപ്പെടുത്തുന്നു.

നോക്കൂ, മറ്റൊരുകാര്യംകൂടി നിങ്ങൾ ഈ ജീവചരിത്ര കഥക ളിൽനിന്ന് വായിച്ചെടുക്കുന്നുണ്ട്. അതായത് രസതന്ത്രലോകത്തിലെ ഈ കുലപതികളിൽ ഒരാൾപോലും ദന്തഗോപുരവാസിയായിരുന്നില്ല. ഇവ രിൽ വായിൽ വെള്ളിക്കരണ്ടിയുമായി ജനിച്ചുവീണവർപോലും സാമൂ ഹ്യജീവിതത്തിൽ നിരന്തരം ഇടപെട്ടു. സാമൂഹ്യ പ്രശ്നങ്ങളോട് സാർഥ കമായി പ്രതികരിച്ചു. അനീതിക്കും അസമത്വങ്ങൾക്കുമെതിരെ ശക്തി യുക്തം പ്രതിഷേധിച്ചു. വിപ്ലവത്തിലേക്ക് എടുത്തു ചാടിയവർ പോലു മുണ്ട് ഇവരുടെ കൂട്ടത്തിൽ. ഇതിനെല്ലാമിടയിൽ സത്യാന്വേഷണത്തിന്റെ പരുപരുക്കൻ വഴികളിലൂടെ സഞ്ചരിച്ച് ശാസ്ത്രരംഗത്ത് വൻകുതിച്ചു ചാട്ടങ്ങൾ ഉണ്ടാക്കുകയും ചെയ്തു. എല്ലാരീതിയിലും ഇവർ ഏതുതല മുറയ്ക്കും മാർഗദർശികളാണ്. അങ്ങനെ രസതന്ത്രത്തിന്റെ വികാസ കഥ മനുഷ്യസമൂഹത്തിന്റെയും സംസ്കാരത്തിന്റെയും വികാസകഥകൂടി ആയിത്തീരുന്നു. വരൂ, സമയരഥത്തിലേക്കുള്ള യാത്ര ആരംഭിക്കുക യായി...

1

ആദ്യനാളുകൾ ആൽക്കെമിയും ഫോസ്ഫറസും

ച്യവനമഹർഷിയെക്കുറിച്ചു കേട്ടിട്ടില്ലേ? അന്ധനും അവശനും വൃദ്ധനുമായ അദ്ദേഹം ജരാനരകളില്ലാതെ ഒരു ജീവിതം കൊതിച്ച് അതിനായി ദീർഘദീർഘം തപസുചെയ്തുപോൽ. ദേവലോക വൈദ്യന്മാരായ അശ്വിനി ദേവകൾ കനിഞ്ഞു. 'ച്യവന പ്രാശം' എന്ന അത്ഭുതൗഷധം നൽകി മുനിയെ ആശീർവദിച്ചു എന്നും ഔഷധാംകഴിച്ച് അദ്ദേഹം യൗവനയുക്തനായി ദീർഘകാലം ജീവിച്ചു എന്നും ഐതിഹ്യം പറയുന്നു.

ഐതിഹ്യങ്ങൾ കേട്ടുകേൾവികൾ മാത്രമാണ്. അതേസമയം, ഇത്തരം കഥകൾപോലും, അവ യഥാർഥത്തിൽ സംഭവിച്ചതല്ലെങ്കിലും മനുഷ്യന്റെ ആഗ്രഹങ്ങളെയും അഭിലാഷങ്ങളെയും പ്രതിഫലിപ്പിക്കുന്നു. എന്നെന്നും പതിനേഴായിരിക്കാൻ കൊതിക്കാത്തവരായി ആരാണുള്ളത്? നിത്യയൗവനം എല്ലാവരുടെയും സ്വപ്നമാണ്. ദേവകൾ അമൃതു കടഞ്ഞത് അതിനു വേണ്ടിയായിരുന്നില്ലേ?

ദീർഘായുസും നിത്യയൗവനവും അന്വേഷിച്ച് അതിനുവേണ്ടി ജീവിതത്തിന്റെ നല്ലകാലം മുഴുവൻ പാഴാക്കിയവർ ലോകത്തിൽ ഏതു കാലത്തുമുണ്ടായിരുന്നു. എന്നാൽ ഇത്തരം അന്വേഷണങ്ങളിൽ നിന്നുപോലും മനുഷ്യരാശി നേട്ടമുണ്ടാക്കി എന്നതത്രെ സത്യം. ഉദാഹരണമായി, രസതന്ത്രം എന്ന ശാസ്ത്രശാഖയുടെ കാര്യംനോക്കൂ. ആദികാലത്തെ ഇത്തരം അന്വേഷണങ്ങളിലൂടെയാണ് രസതന്ത്രം ഒരു ശാസ്ത്രമായി വളരാൻ തുടങ്ങിയത്!

മറ്റു ശാസ്ത്രശാഖകളുമായി താരതമ്യം ചെയ്യുമ്പോൾ രസതന്ത്രത്തിന് അത്ര പഴക്കമൊന്നുമില്ലെന്നു കാണാൻ കഴിയും. വൈദ്യശാസ്ത്രത്തിനാകട്ടെ, അതിപുരാതനമായ ഒരു ചരിത്രം തന്നെയുണ്ട്. ഭാരതത്തിലായാലും ചൈനയിലായാലും ലോകത്തിന്റെ മറ്റു ഭാഗങ്ങളിലായാലും

അങ്ങനെയാണ്. ഔഷധനിർമാണം വൈദ്യശാസ്ത്രത്തിന്റെ ഒഴിച്ചു കൂടാനാവാത്ത ഭാഗമാണ്. ചികിത്സയുടെ ഭാഗമായി പലതരം മരുന്നുകളുണ്ടാക്കേണ്ടിവരും. ഇതിനു സസ്യഭാഗങ്ങളും ഖനിജങ്ങളും മറ്റും ഉപയോഗപ്പെടുത്തും. അരയ്ക്കലും പൊടിക്കലും അരിക്കലും വറ്റിക്കലും തമ്മിൽ ചേർക്കലും മറ്റും ഇതിന്റെ ഭാഗമായി നടത്തേണ്ടിവരും. ഇതൊക്കെയായിരുന്നു ആദ്യത്തെ രാസപ്രക്രിയകൾ. ആദ്യകാല വൈദ്യന്മാരെല്ലാം രസതന്ത്രജ്ഞർകൂടി ആയിരുന്നു, ഈയൊരർഥത്തിൽ. അതിൽ അത്ഭുതമൊട്ടില്ലതാനും.

സ്വതന്ത്രമായ ഒരു ശാസ്ത്രമെന്നനിലയിൽ രസതന്ത്രത്തിന് എ ഡി പതിനേഴാം നൂറ്റാണ്ടിലപ്പുറം പഴക്കമില്ല. അതിനുമുമ്പ് അത് വൈദ്യന്മാരും ആൽക്കെമിസ്റ്റുകളുമാണ് (Alchemists) കൈകാര്യം ചെയ്തത്. താണതരം ലോഹങ്ങളെ പൊന്നാക്കി മാറ്റാം എന്ന വിശ്വാസക്കാരായിരുന്നു ആൽക്കെമിസ്റ്റുകൾ. അതിനുവേണ്ടി അവർ നിരന്തരം അധ്വാനിച്ചുകൊണ്ടിരുന്നു. ലോകചരിത്രത്തിലെ മധ്യകാലഘട്ടം മുഴുവൻ ഇത്തരക്കാരുടെ തേർവാഴ്ചയായിരുന്നു. തത്വചിന്തകന്റെ കല്ല് (Philosopher's stone) എന്ന ഒരത്ഭുത വസ്തു പ്രകൃതിയിലെവിടെയോ ഉണ്ട്. ഇതുകണ്ടെത്തിയാൽ തൊട്ടതെല്ലാം പൊന്നാക്കാം, നിത്യയൗവനം ഉള്ളംകൈയിലൊതുക്കാം എന്നൊക്കെ ഇവർ വിശ്വസിച്ചു. ഇതിനുവേണ്ടി ഭൗമോപരിതലത്തിലെ സകല വസ്തുക്കളും പെറുക്കിക്കൂട്ടി അരിച്ചും വറ്റിച്ചും തിളപ്പിച്ചുമെല്ലാം പരീക്ഷണം നടത്തി. പൊന്നിനുവേണ്ടി സകല വസ്തുക്കളെയും പരീക്ഷണവിധേയമാക്കി. പൊന്നുമാത്രം കിട്ടിയില്ല. നിത്യയൗവനം മാത്രം കരഗതമായുമില്ല. പക്ഷേ, രസതന്ത്രം വളർന്നു.

എങ്ങനെയാണ് രസതന്ത്രം വളർന്നത്? സ്വർണം കണ്ടെത്താൻ ആൽക്കെമിസ്റ്റുകൾ നടത്തിയ പരീക്ഷണങ്ങൾ പലരാസവസ്തുക്കൾക്കും രാസപ്രക്രിയകൾക്കും രൂപംനൽകി. അതുവരെ അറിയപ്പെടാത്ത പലമൂലകങ്ങളും കണ്ടെത്താൻ കഴിഞ്ഞു. ഇന്നു നാം ഉപയോഗിച്ചുവരുന്ന എത്രയോ രാസപ്രക്രിയകൾ അന്നത്തെ ആൽക്കെമിസ്റ്റുകളുടെ പ്രവർത്തനങ്ങളിലൂടെയാണ് രൂപംകൊണ്ടത്.

ഉദാഹരണമായി, ഏതാണ്ട് മധ്യയുഗത്തോടടുത്ത് ജർമനിയിലെ ഹാംബർഗ് എന്നസ്ഥലത്ത് ഹെന്നിങ് ബ്രോന്റ് എന്നുപേരുള്ള ഒരു വർത്തകൻ ജീവിച്ചിരുന്നു. നാട്ടിൻപുറത്ത് അടങ്ങിയൊതുങ്ങി ജീവിച്ചിരുന്ന ഇയാൾക്ക് പെട്ടെന്ന് 'തത്വചിന്തകന്റെകല്ലി'ൽ കൊതിയിളകി. അതു കൈയിൽ കിട്ടിയാൽ ഉണ്ടാകുന്ന സൗഭാഗ്യങ്ങൾ അയാളെ പരീക്ഷണങ്ങളിലേക്കാകർഷിച്ചു. പിന്നെ താമസിച്ചില്ല തന്റെ സർവസമ്പാദ്യവും അയാൾ പരീക്ഷണങ്ങൾക്കായി ചെലവഴിക്കാൻ തീരുമാനിച്ചു. മണ്ണും ധാതുക്കളുമെല്ലാം ശേഖരിച്ച് അയാൾ തിളപ്പിക്കാനും വറ്റിക്കാനും തുടങ്ങി. പരീക്ഷണം പുരോഗമിച്ചതോടെ അയാൾ ബാഹ്യലോകത്തെ മറന്നു. അങ്ങനെയിരിക്കെ ഒരുദിവസം താൻ പരീക്ഷിച്ചുകൊണ്ടിരിക്കുന്ന രസായനത്തിൽ അതാ, അത്ഭുതകരമായ ഒരു തിളക്കം കാണുന്നു!

തൈരിൽ വെണ്ണപോലെ അത് അങ്ങനെ ഉരുണ്ടുകൂടി വലുതായിവന്നു. മൃദുലവും തിളക്കമുള്ളതുമായ ആ വസ്തു പക്ഷേ, തത്വജ്ഞാനിയുടെ കല്ലായിരുന്നില്ല. അതിനേക്കാൾ വിശേഷപ്പെട്ട ഒരു സാധനമായിരുന്നു; സാക്ഷാൽ ഫോസ്ഫറസ്!

പതിനേഴാം നൂറ്റാണ്ടിൽ ജീവിച്ച ഗ്ലൗബർ എന്ന വൈദ്യവിശാരദൻ (ജോഹൻ റുഡൊൾഫ് ഗ്ലൗബർ— 1604–1668) ഒന്നാന്തരം ഒരു കെമിസ്റ്റ് കൂടിയായിരുന്നു. സ്വർണമുണ്ടാക്കാനുള്ള പ്രവർത്തനങ്ങൾക്കിടയിൽ അദ്ദേഹം നിർമിച്ച രാസവസ്തുക്കൾക്കു കൈയും കണക്കുമില്ല. വിരേചനത്തിനുള്ള ഔഷധമായി ഇന്നും ഉപയോഗിച്ചുവരുന്ന സോഡിയം സൾഫേറ്റ് അദ്ദേഹം ഉപ്പും സൾഫ്യൂറിക്ക് അമ്ലവും ചേർത്ത് നിർമിച്ചു. ബെൻസീനും അസറ്റോണും ആദ്യമുണ്ടാക്കിയത് ഇദ്ദേഹമാണ്. മരുന്നുകളായി ഉപയോഗിക്കാൻ പറ്റിയ എത്രയോതരം രാസവസ്തുക്കൾ ഗ്ലൗബർ യാദൃച്ഛികമായോ ബോധപൂർവമോ നിർമിച്ചെടുക്കുകയുണ്ടായി.

ജോഹൻ റുഡൊൾഫ് ഗ്ലൗബർ

അറബിക്കഥകളിൽ നിറഞ്ഞുനിൽക്കുന്ന ഹാരൂൺ അൽറഷീദ് എന്ന നീതിമാനായ ഖലീഫയെക്കുറിച്ചു കേട്ടിട്ടില്ലേ? ഖലീഫയുടെ പ്രധാനമന്ത്രിയുടെ ഉറ്റ സുഹൃത്തിന് പ്രതിഭാശാലിയായ ഒരു മകനുണ്ടായിരുന്നു, ജീബർ. അബു മൂസ ജീബർ ഇബ്നുൽ ഹയാൻ (1721–1815) എന്നു മുഴുവൻ പേര്. പേരുകേട്ട ഒരു കെമിസ്റ്റുകൂടിയായിരുന്നു, ജീബർ. സ്വർണം കണ്ടെത്താനുള്ള പരീക്ഷണത്തിനിടയിൽ ഇദ്ദേഹം ഉണ്ടാക്കിയ സാധനമാണ് അമോണിയം ക്ലോറൈഡ്. മറ്റൊരിക്കൽ ഏതോ ധനിജങ്ങൾ സ്വേദനം ചെയ്തപ്പോൾ പാത്രത്തിൽ കറുത്ത ഒരു വസ്തു അവശേഷിച്ചതായി കണ്ടു. ജീബർ അങ്ങനെ കാരീയം കണ്ടുപിടിച്ചു. 'ജീവാമൃതം' കണ്ടെത്താൻ ഇദ്ദേഹം നടത്തിയ ശ്രമങ്ങൾ പക്ഷേ, വിജയിച്ചില്ല. 'അൽ-ഇക്സീർ' എന്നാണ് അറബിക്കിൽ ഈ സാങ്കൽപ്പിക രസായനത്തിനു നൽകിയ പേര്. ഇംഗ്ലീഷുഭാഷയിൽ, 'ജീവാമൃതം' എന്ന അർഥത്തിൽ ഉപയോഗിച്ചു വരുന്ന elixir എന്ന പദം ഇതിൽനിന്നാണുണ്ടായത്.

ഇക്കാലത്തെ വീരശൂരപരാക്രമിയായ ഒരു സത്യാന്വേഷിയുടെ സംഭവബഹുലമായ ജീവിതകഥയാണ് ഇനി പറയാനുള്ളത്. പരാസെൽസസ് എന്ന അതികായന്റെ കഥ.

2

പരാസെൽസസ് ധിക്കാരിയുടെ കാതൽ

പരാസെൽസസ്

ബാസൽ സർവകലാശാലയിൽ വൈദ്യശാസ്ത്രവും രസതന്ത്രവും പഠിപ്പിച്ചിരുന്നത് പരാസെൽസസ് എന്നുപേരുള്ള ചെറുപ്പക്കാരനായ അധ്യാപകനായിരുന്നു. മുഴുവൻ പേരും ഉച്ചരിച്ചാൽ നാവു കുഴഞ്ഞുപോവും. അത്രയ്ക്കും നീണ്ടതും എളുപ്പം വഴങ്ങാത്തതുമായ പേരാണെന്നു പറഞ്ഞാൽ മതിയല്ലോ. എങ്കിലും നമുക്കതൊന്ന് പതിയെ ഉച്ചരിച്ചുനോക്കാം: ഫിലിപ്പസ് ഒറീലിയസ് തിയൊ ഫസ്റ്റസ് ബൊംബാസ്റ്റ് വോൺ ഹോഹ്നിം. പേരുതന്നെ അധികാരികളെ കുഴക്കി. പെരുമാറ്റമാകട്ടെ, മഹാനിഷേധി എന്ന പേരുണ്ടാക്കുകയും ചെയ്തു. മഹാനിഷേധിയാണ്. എത്ര വലിയവരായാലും തറുതലപറയും. അതുകൊണ്ട് സർവകലാശാലയിൽനിന്ന് അയാളെ പറഞ്ഞയയ്ക്കാൻ പഠിച്ചപണി പതിനെട്ടും പയറ്റി. ഫലിച്ചില്ല. ചെറുപ്പക്കാർക്ക് പരാസെൽസസിനെ മതിയായിരുന്നു. അസാധാരണ പ്രതിഭാശാലിയാണ്. ആർക്കുമത് നിഷേധിക്കാനാവില്ല. ഇനി ഒരു വൈദ്യൻ എന്നനിലയിലുള്ള കൈപ്പുണ്യമാണെങ്കിലോ, ആർക്കുമത് നിഷേധിക്കാനും പറ്റില്ല. രോഗം അരികിലൂടെ പോവുകയേ വേണ്ടൂ. രാജാവിനും സാധാരണക്കാരനുമെല്ലാം പരാസെൽസ

സിനെ വേണം. അതുകൊണ്ട് ഉന്നത പീഠങ്ങളിലിരിക്കുന്നവർ എതിർപ്പു മറച്ചുവെക്കാൻ നിർബന്ധിതരായി.

പരാസെൽസസാകട്ടെ, വിഗ്രഹഭഞ്ജനം തുടർന്നുകൊണ്ടേയിരുന്നു. ദൈവഭാഷയായ ലാറ്റിൻ ആയിരുന്നു അന്ന് സർവകലാശാലകളിൽ അധ്യയന മാധ്യമം. മാതൃഭാഷയിൽ പഠിച്ചാൽ വിലയില്ലെന്ന അവസ്ഥയായിരുന്നു. അത് ആർക്കും മനസിലാവുമല്ലോ. അതുപറ്റില്ല. എല്ലാം അങ്ങനെ എല്ലാവർക്കും മനസിലാവരുത്. പണ്ട് നമ്മുടെ നാട്ടിലും ഇതായിരുന്നല്ലോ സ്ഥിതി. സംസ്കൃതത്തിൽ മാത്രം പഠിക്കുന്നവർക്കായിരുന്നല്ലോ അംഗീകാരം. പിന്നീടത് ഇംഗ്ലീഷിലായി. യൂണിവേഴ്സിറ്റി നിയമം എന്തായാലും താൻ നാട്ടുഭാഷയായ ജർമനിലേ പഠിപ്പിക്കുകയുള്ളൂ എന്ന് പരാസെൽസസ് അറുത്തുമുറിച്ചു പറഞ്ഞു. ആർക്കുംവേണ്ടി കാത്തുനിൽക്കാതെ അതു പ്രവൃത്തിപഥത്തിൽ കൊണ്ടുവരികയും ചെയ്തു. യാഥാസ്ഥിതികർ ഇളകി. എന്തെല്ലാം തോന്ന്യവാസങ്ങളാണ് അയാൾചെയ്യുന്നത് ? ആചാര്യവര്യന്മാരായ അരിസ്റ്റോട്ടിലും ഥെയ്ൽസും ഗാലനും (വൈദ്യഗുരു) എഴുതിവച്ച പലതും തെറ്റാണെന്നു കുട്ടികളെ പഠിപ്പിക്കുന്നു. യഥാർഥത്തിൽ കാണുന്നതു മാത്രം വിശ്വസിച്ചാൽ മതി എന്നുപറഞ്ഞു. ഉദാഹരണമായി സ്ത്രീകൾക്ക് രണ്ടു പല്ലുകുറവാണെന്ന് അരിസ്റ്റോട്ടിൽ എഴുതിയിട്ടുണ്ട്. സ്വന്തം ഭാര്യയുടെ പല്ലുപോലും ശരിക്ക് എണ്ണാതെയല്ലേ അയാൾ ആ വിഡ്ഢിത്തം എഴുന്നള്ളിച്ചത്? കുട്ടികളെ നിങ്ങൾ മറ്റുള്ളവരുടെ പല്ലുകൾ എണ്ണി സ്വയം ബോധ്യപ്പെട്ടു. പൂർവികരുടെ 'കോപ്രായങ്ങൾ' അതേപടി എഴുന്നള്ളിക്കുന്ന സഹപ്രവർത്തകരെയും ആ യുവ അധ്യാപകർ കണക്കിന് കളിയാക്കി. ശത്രുക്കളുടെ എണ്ണം പെരുകി. വിദ്യാർഥികൾ ചേരിതിരിഞ്ഞു.

രോഗചികിത്സയും രസതന്ത്രവും ഉറ്റബന്ധം പുലർത്തിയ കാലമായിരുന്നു. മിക്ക ഔഷധങ്ങളും ഭൂമിയിൽനിന്നു കിട്ടുന്ന ഖനിജങ്ങൾ (ധാതുക്കൾ) ആയിരുന്നു. അപ്പോത്തിക്കിരിയാണ് മരുന്നുകൾ ഉണ്ടാക്കുന്നത്. ഉണ്ടാക്കിയ മരുന്നുകൾ വിൽക്കാനും അവർക്ക് അംഗീകാരമുണ്ട്. എന്നാൽ യഥാർഥവൈദ്യന്മാർ, ശരീരശാസ്ത്രം പഠിച്ച വിദഗ്ധന്മാർ, ഇതെല്ലാം പരിശോധിക്കേണ്ടതുണ്ട്. ഔദ്യോഗിക ഡോക്ടർ എന്ന നിലയിൽ പരാസെൽസസ് അവരുടെ പലകള്ളത്തരങ്ങളും പിടിച്ചു. കൈക്കൂലിയോ സ്വജനപക്ഷപാതമോ ഒന്നും അയാളുടെ ഭാഗത്തുനിന്നുണ്ടാവില്ല. വ്യാജമരുന്നുകൾ വിറ്റ് തടിച്ചുകൊഴുത്തവർക്ക് ഹാലിളകി. സർവകലാശാലയിലെ ചില പ്രൊഫസർമാരും അവരെ സഹായിച്ചു.

അങ്ങനെയിരിക്കെ പരാസെൽസസിന്റെ ചികിത്സയിലായിരുന്ന ഒരു രോഗി അവിചാരിതമായി മരണപ്പെട്ടു. കേസ് സർവകലാശാലയുടെ ഉന്നതങ്ങളിൽ എത്തി. ചികിത്സാ ലൈസൻസ് റദ്ദുചെയ്യാതിരിക്കാൻ കാരണം ബോധിപ്പിച്ചുകൊള്ളണം. പരാസെൽസസ് അങ്ങനെയൊരു കടലാസ് കിട്ടിയതായിപ്പോലും ഭാവിച്ചില്ല. അങ്ങനെയിരിക്കെ ധനാഢ്യനും പ്രതാപിയുമായ ഒരു നാടുവാഴി ചികിത്സയ്ക്കായെത്തി. സശ്രദ്ധമായ ചികിത്സയിലൂടെ അയാൾക്ക് പൂർണാരോഗ്യം വീണ്ടുകിട്ടി. എന്നാൽ വാഗ്ദാനം

ചെയ്ത ഫീസും മറ്റാനുകൂല്യങ്ങളും നൽകാൻ വിസമ്മതിച്ചു. പരാസെൽസസ് പൊട്ടിത്തെറിച്ചു. പണത്തേക്കാൾ വാഗ്ദാനലംഘനമാണ് അയാളെ ചൂടാക്കിയത്. കേസ് കോടതിയിലെത്തി. കള്ളസാക്ഷിപറയാൻ ധാരാളം ആളുകളുമുണ്ടായി. കോടതിയെ ഭർത്സിച്ചെന്ന കുറ്റത്തിന് അറസ്റ്റുവാറണ്ട് വന്നു. തോറ്റുകൊടുക്കാൻ ഡോക്ടർ തയാറായില്ല. ആരും കാണാതെ അദ്ദേഹം നാടുവിട്ടു.

എ ഡി 1493 ൽ സ്വിറ്റ്സർലന്റിലെ ഷ്വായസ് എന്ന പ്രവിശ്യയിലാണ് പരാസെൽസസിന്റെ ജനനം. പിതാവ് പ്രസിദ്ധനായൊരു ഭിഷഗ്വരനായിരുന്നു. കുട്ടിക്കാലംതൊട്ടേ രോഗം വേട്ടയാടി. പലതവണ മരണത്തിന്റെ വക്കോളമെത്തി. പഠിത്തത്തിൽ പക്ഷേ, ആരോഗ്യമൊന്നും പ്രശ്നമായില്ല. നിശ്ചയദാർഢ്യത്തിനുമുന്നിൽ രോഗം തോറ്റു പിന്മാറി എന്നുപറയുകയാവും ശരി. സ്കൂൾ വിദ്യാഭ്യാസത്തിനുശേഷം ബേസൽസർവകലാശാലയിൽ ചേർന്നു. നേരത്തെ നിങ്ങൾ കേട്ട ആ നീണ്ട പേരുകണ്ടല്ലോ, അതു ചുരുക്കി 'പരാസെൽസസ്' എന്ന നാമധേയം സ്വീകരിച്ചത് കോളെജ് വിദ്യാഭ്യാസകാലത്തായിരുന്നു.

അന്ധകാരയുഗമായിരുന്നു എന്നു സൂചിപ്പിച്ചല്ലോ. ഇരുട്ടിന്റെ നീണ്ട തുരങ്കത്തിൽനിന്ന് കാലമാകുന്ന വണ്ടി വെളിച്ചത്തിലേക്കുകുതിക്കാൻ തുടങ്ങുകയായിരുന്നു. നവോത്ഥാനചിന്തയുടെ അനുരണനങ്ങൾ അവിടവിടെ ഉണ്ടാകുന്നു. അതുൾക്കൊണ്ടുകൊണ്ടാണ് ആ യുവാവ് വളർന്നത്. ബാലിശ വിശ്വാസങ്ങളെ ചോദ്യം ചെയ്യാനുള്ള പ്രവണത യുവതലമുറയിൽ വളർന്നുവരികയായിരുന്നു. പരിവർത്തനങ്ങൾ യൂറോപ്പ് മുഴുവൻ സംഭവിക്കുന്നു. ഗുട്ടൻബർഗ് അച്ചടിയന്ത്രം കണ്ടുപിടിച്ചു. കൊളംബസും മറ്റു സഞ്ചാരികളും സാഹസികയാത്രകളിലൂടെ പുതിയ ലോകങ്ങൾ കണ്ടെത്തി. പോളണ്ടുകാരനായ നിക്കോളസ് കോപ്പർനിക്കസ് പ്രപഞ്ചകേന്ദ്രം ഭൂമിയാണെന്ന രൂഢമൂലവിശ്വാസത്തിന് പോറലേൽപ്പിച്ചു. സാഹിത്യത്തിലും കലയിലും പുതിയ വെളിച്ചങ്ങൾ ഉണ്ടായി. പരാസെൽസസിനെപ്പോലൊരു ധീരധിക്കാരി ഇറ്റലിയിലെ പാദുവ സർവകലാശാലയിലും ഉണ്ടായി. ആന്ദ്രിയസ് വെസാലിയസ് എന്ന ജന്തുശാസ്ത്ര (വൈദ്യശാസ്ത്ര) പ്രൊഫസർ അരിസ്റ്റോട്ടിലിനെയും ഗാലനെയും വെല്ലുവിളിച്ചു. തെരുവോരങ്ങളിൽ മനുഷ്യശരീരം കീറിമുറിച്ച് പ്രദർശിപ്പിച്ച് യഥാർഥ സത്യങ്ങളിലേക്ക് ജനശ്രദ്ധ ആകർഷിച്ചു. അക്കാലത്ത് ഒരു പ്രൊഫസർക്ക്

ആന്ദ്രിയസ് വെസാലിയസ്

ആലോചിക്കാൻ കഴിയാത്ത ഇത്തരം എത്രയോ നൂതന അധ്യയനരീതികൾ വെസാലിയസും പിന്നീട് പരാസെൽസസും പ്രചരിപ്പിക്കുകയുണ്ടായി. മനുഷ്യശരീരത്തിനുപകരം പക്ഷികളുടെയോ മൃഗങ്ങളുടെയോ ശരീരം പരിശോധിച്ചു പഠിച്ചാൽ അതു മനുഷ്യശരീരശാസ്ത്രമാകില്ലെന്ന് ഇവർ രണ്ടുപേരും സ്ഥാപിക്കുകയായിരുന്നു.

ഈ രീതിയിൽ മാറിച്ചിന്തിക്കുന്നവരുടെ ലോകത്തിലേക്കാണ് നിറയെ അന്വേഷണ തൃഷ്ണയുമായി പരാസെൽസസ് കടന്നുചെന്നത്. ലോകം ചുറ്റി അയാൾ ധാരാളം ജീവിതാനുഭവങ്ങൾ നേടിയെടുത്തു. മാതൃഭാഷയിലുള്ള അധ്യയനത്തിന്റെ സർഗപരമായ മികവുകളെക്കുറിച്ച് ആദ്യമായി ബോധ്യപ്പെടുത്തിയത് പാരീസിൽ വച്ച് അംബ്രോസ് പാരെയാണ്. ലാറ്റിൻ ഉപേക്ഷിച്ച് ആദ്യമായി മാതൃഭാഷയിൽ ലേഖനമെഴുതി ചരിത്രം സൃഷ്ടിച്ച വ്യക്തിയാണദ്ദേഹം. വൈദ്യശാസ്ത്രത്തിന്റെ പറുദീസയായി അറിയപ്പെട്ട സ്വിറ്റ്സർലന്റിൽ വച്ച് ആ വിദ്യ ശാസ്ത്രീയമായി പഠിച്ചു. 'ജീവാമൃത'ത്തിനും തത്വചിന്തകന്റെ കല്ലിനും വേണ്ടിയുള്ള അന്വേഷണത്തിലും അന്നത്തെരീതിയനുസരിച്ച് അദ്ദേഹവും പങ്കുകൊണ്ടു. പിന്നീട് അതിന്റെ നിരർഥകത ബോധ്യപ്പെട്ട് ആ വഴി ഉപേക്ഷിച്ചു.

ബാസൽ സർവകലാശാലയിലായിരിക്കെ പാരസെൽസസ് മറ്റൊരു 'കടുംകൈ'കൂടി ചെയ്തു. ആ വർഷത്തെ സെന്റ് ജോൺ ഉത്സവദിനം ഒരു പുതിയ രീതിയിൽ ആഘോഷിക്കാൻ അദ്ദേഹം തീരുമാനിച്ചു. ആചാരമനുസരിച്ച് ശിഷ്യന്മാർ കോളേജങ്കണത്തിൽ തീക്കുണ്ഡമൊരുക്കി. പെട്ടെന്നതാ, കൈയിൽ ഒരുകെട്ട് പുസ്തകങ്ങളുമായി ഒരാൾ കോമരത്തെപ്പോലെ ഉറഞ്ഞു തുള്ളിക്കൊണ്ട് അതിനുനേരെ നടന്നുവരുന്നു! ആളെ മനസിലായിട്ടുണ്ടാവും, പരാസെൽസസുതന്നെ. ആചാര്യപാദരുടെ യാഥാസ്ഥിതികരചനകൾ അയാൾ തീയിലെറിഞ്ഞു. എന്നിട്ട് ശിഷ്യഗണങ്ങളെനോക്കി ഉറക്കെ ഇപ്രകാരം ഗർജിച്ചു: "കൊണ്ടുവരൂ, യാഥാസ്ഥിതികതയുടെ പ്രതീകമായ പഴയ ഗ്രന്ഥങ്ങളെല്ലാം. കൊണ്ടുവരൂ. എവിടെ അവിസെന്ന? എവിടെ ഗാലൻ? എവിടെ അരിസ്റ്റോട്ടിൽ? പാരീസും കൊളോണും വിയന്നയും പോറ്റി വളർത്തിയ എല്ലാ മാന്യവ്യക്തികളും, റൈനും ഡാന്യൂബും അഥീനിയരും റോമക്കാരും അറേബിയരും താലോലിക്കുന്ന എല്ലാ മഹാരഥരും വെന്തെരിയട്ടെ. മഹാവ്യക്തികളേ, എന്റെ ചെരിപ്പിന്റെ വള്ളിക്ക് നിങ്ങളെക്കാൾ വിവരമുണ്ട്. എന്റെ താടിമീശയിലെ ഈ രോമങ്ങൾക്കും ഞാൻ തലയിലണിഞ്ഞ ഈ കോമാളിക്കിരീടത്തിനും നിങ്ങളുടെ പഴഞ്ചൻ കലാശാലകളെല്ലാം ചേർന്നു വിളമ്പിയതിനേക്കാൾ എത്രയോ കൂടുതലറിയാം."

എന്തൊരഹങ്കാരം എന്നു തോന്നാം. അങ്ങനെ ആവേശംകൊണ്ട് ഗ്രന്ഥങ്ങൾ ചുട്ടുകരിക്കുന്നതു ശരിയാണോ എന്നു ചോദിക്കാം. അവ രചിച്ചവരാരും ചില്ലറക്കാരല്ല. അരിസ്റ്റോട്ടിലും അവിസെന്നയും അന്ന് ലോകം സ്നേഹാദരങ്ങളോടെ നോക്കിക്കാണുന്ന വിശിഷ്ട വ്യക്തികളാണ്. ഒരുപാട് നല്ലകാര്യങ്ങൾ അവർ എഴുതിയിട്ടുണ്ട്. ഒപ്പം ധാരാളം

വിഡ്ഢിത്തങ്ങളും എഴുതിപ്പിടിപ്പിച്ചു. കതിരും പതിരും വേർതിരിക്കാതെ അവർ പറഞ്ഞതെല്ലാം അപ്പടി അനുസരിക്കുന്നതിനെയാണ് പരാസെൽസസ് എതിർത്തത്. ഈ അന്ധത, വിധേയത്വം അന്വേഷണത്തിന്റെ മുന്നോട്ടു പോക്കിനെ വല്ലാതെ തടസപ്പെടുത്തി. പരാസെൽസസ് എതിർത്തത് യഥാർഥത്തിൽ ഈ മനോഭാവത്തെയാണ്. അതിനുപക്ഷേ, കടുത്തരീതികൾ ഉപയോഗിക്കേണ്ടിവന്നു. പ്രതിയോഗികൾ ആ വിപ്ലവകാരിയുടെ രക്തത്തിനായി മുറവിളികൂട്ടി.

രക്തദാഹികൾക്ക് പിടികൊടുക്കാതെ ബാസൽ സർവകലാശാലയിൽനിന്ന് ഓടിപ്പോകുമ്പോൾ പരാസെൽസസിന് പ്രായം വെറും മുപ്പത്തഞ്ചു വയസ്സ്. പുതിയ സങ്കേതത്തിലും പക്ഷേ, നെറികേടുകളെ ചോദ്യം ചെയ്യാതിരിക്കുന്നതെങ്ങനെ? അങ്ങനെ വളരെ പെട്ടെന്ന് പ്രതിയോഗികൾക്കു വിവരം കിട്ടി. കഥാപുരുഷൻ വീണ്ടും പലായനം ചെയ്തു. അങ്ങനെ ഒളിസങ്കേതങ്ങളിൽനിന്ന് ഒളിസങ്കേതങ്ങളിലേക്ക് ജീവനും കൈയിൽ പിടിച്ച് എത്രയോ സാഹസികയാത്രകൾ. നീണ്ട പതിമൂന്നു വർഷം. ഈമാതിരിയൊക്കെയായിരുന്നു ആ സത്യാന്വേഷിയുടെ ജീവിതം. ശത്രുക്കൾ ആശയവിനിമയത്തിനുള്ള എല്ലാ വഴികളും അടച്ചു. പത്രമാസികകൾ പരാസെൽസസിന്റെ സംഭാവനകൾ പ്രസിദ്ധപ്പെടുത്താൻ വിസമ്മതിച്ചു. എന്നാൽ അതൊന്നും കൂസാതെ പരാസെൽസസ് അവിരാമം എഴുതിക്കൊണ്ടിരുന്നു. ആരും സഹായിക്കാനില്ലാതെ, ആരെയും ആശ്രയിക്കാനില്ലാതെ, അദ്ദേഹം ജീവിതം തുടർന്നു. ശാസ്ത്രാന്വേഷണ രീതികളിൽ അധിഷ്ഠിതമായ ഒരു ഗവേഷണസമ്പ്രദായത്തെയാണ് പരാസെൽസസ് പ്രോത്സാഹിപ്പിച്ചത്. പരീക്ഷണ രീതികളെ ഒരിക്കലും നിരാകരിക്കരുതെന്ന് ഞാൻ നിങ്ങളെ ഓർമപ്പെടുത്തുന്നു. മുൻവിധികളേതുമില്ലാതെ പരീക്ഷണ നിരീക്ഷണങ്ങൾ തെളിച്ച മാർഗത്തിലൂടെ മുന്നേറുക. ഓരോ പരീക്ഷണവും ഓരോ സവിശേഷതരം അന്വേഷണ മാർഗമാണെന്നറിയുക. ആയുധത്തെ അതിന്റെ പ്രായോഗികതയ്ക്കനുസരണമായി നാം പ്രയോജനപ്പെടുത്താറില്ലേ, അതുപോലെ പരീക്ഷണങ്ങളെയും പ്രയോജനപ്പെടുത്തുവിൻ!

നാൽപ്പത്തിഎട്ടുവയസുള്ളപ്പോൾ ഈ വിപ്ലവകാരി സ്വന്തം മുറിയിൽ മരിച്ചു കിടക്കുന്നതായി കാണപ്പെട്ടു. തന്റെ നീണ്ട വാളുറയ്ക്കുള്ളിൽ അയാൾ താൻ കണ്ടെത്തിയ ജീവാമൃതം ഒളിപ്പിച്ചുവെച്ചിട്ടുണ്ടെന്ന് ചിലർ വിശ്വസിച്ചു. ജീവാമൃതം അനുവദനീയമായ അളവിലും കൂടുതൽ കഴിച്ച് അബദ്ധത്തിൽ മരിച്ചു പോയതാണെന്നും പ്രചരിപ്പിച്ചു. ശത്രുക്കളാരോ വധിച്ചതാണെന്ന വിശ്വാസവും നിലവിലുണ്ട്.

അന്നത്തെ രാസവിദ്യക്കാരിൽ പലരും പരാസെൽസസിന്റെ പാതകൾ പിൻതുടർന്ന് ശാസ്ത്രീയമായ അന്വേഷണരീതികൾ അനുകരിക്കാൻ തുടങ്ങി. സ്വർണവും ജീവാമൃതവും കണ്ടെത്താനുള്ള ഭ്രമം അവർ

പുതിയ രസവിദ്യകളിലേക്കു തിരിച്ചുവിട്ടു. ചികിത്സാ സംബന്ധമായ അന്ധവിശ്വാസങ്ങൾക്കെതിരെയും പുരോഗമനവാദികൾ ശബ്ദമുയർത്തി.

പലരാസയൗഗികളും രോഗമുക്തിക്കായി ഉപയോഗിക്കാൻ തുടങ്ങിയത് പരാസെൽസസിന്റെ കാലം തൊട്ടാണെന്നു പറയപ്പെടുന്നു. സൾഫറും രസവും ചർമരോഗങ്ങൾക്കു പ്രതിവിധിയായി പ്രചാരം നേടി. ഇരുമ്പ് ആന്റിമണി എന്നിവ ഉപയോഗിച്ചും പലതരം സസ്യച്ചാറുകൾ കടഞ്ഞും അദ്ദേഹം പുതിയ ഔഷധങ്ങളുണ്ടാക്കി.

പതിനാറാംനൂറ്റാണ്ടിന്റെ ഏതാണ്ട് പകുതിയായപ്പോഴേക്കും അങ്ങനെ ആൽക്കമിസ്റ്റുകളുടെ സ്വർണംകണ്ടെത്തൽ ഭ്രമം ഏതാണ്ട് കുറഞ്ഞുവരാൻ തുടങ്ങി. ധാതുക്കൾ അരിച്ചും പൊടിച്ചും വാറ്റിയും പരീക്ഷണം ചെയ്തവരിൽ പലരും അത്തരം പ്രക്രിയകളുടെ ആകർഷണത്തിൽപ്പെട്ട് ആളറിയാതെ ശാസ്ത്രജ്ഞരായി മാറി. ഫോസ്ഫറസ് പോലുള്ള പല പുതിയ മൂലകങ്ങളും അറിയപ്പെടാൻ തുടങ്ങി. രാസവസ്തുക്കൾ കൈകാര്യം ചെയ്യുമ്പോഴുണ്ടാകുന്ന തീയും പുകയും തിളക്കവും പൊട്ടിത്തെറിയും ഇതെല്ലാമുണ്ടാക്കിയ കൗതുകവും കൂടുതൽ സത്യാന്വേഷികളെ രസതന്ത്രത്തിലേക്ക് ആകർഷിച്ചു.

3

അഗ്രിക്കോള (1490 - 1555)

അഗ്രിക്കോള

ബൊഹീമിയ എന്ന ദേശത്ത് രസതന്ത്രവിദ്യയിൽ വിരുതനായ ഒരു ഗ്രീക്കുപണ്ഡിതൻ ജീവിച്ചിരുന്നു. ജോർജ്ജ്ബുവർ എന്നു പേരുള്ള ഇയാൾ പിന്നീട് അഗ്രിക്കോള എന്ന പേരിൽ അനശ്വര കീർത്തി നേടി. ഖനികളുടെ നാടായിരുന്നു അന്ന് ബൊഹീമിയ. ഇത്തരം സ്ഥലങ്ങളുടെ സ്ഥിരം സന്ദർശകനായി അഗ്രിക്കോള. കണ്ണിൽപ്പെടുന്ന ഖനികളെല്ലാം അയാൾ സൂക്ഷ്മ നിരീക്ഷണത്തിനു വിധേയമാക്കി. അയിരുകളുടെ ഖനനത്തെക്കുറിച്ച് കൂലങ്കഷമായി പഠിച്ചു. അന്ന് നിലവിലുണ്ടായിരുന്ന ലോഹനിഷ്കർഷണ രീതികൾ നിരീക്ഷിച്ച് സചിത്രലേഖനങ്ങൾ എഴുതി. സിങ്ക്, സ്വർണം, വെള്ളി, ചെമ്പ് ഇരുമ്പ് എന്നിവ ധാതുവിൽനിന്ന് വേർതിരിച്ചെടുക്കുന്നരീതികളെക്കുറിച്ചാണ് അദ്ദേഹം എഴുതിയത്. ലോഹങ്ങളുടെ ആവിർഭാവത്തെക്കുറിച്ചും, അദ്ദേഹം പഠനം നടത്തി. അരിസ്റ്റോട്ടിൽ എഴുതിയ നാലുമൂലക സിദ്ധാന്തം ആയിരുന്നു അക്കാലത്തും സത്യം. ഭൂമിയും ജലവും ചേരുമ്പോൾ മൂലകങ്ങൾ ഉണ്ടാകുന്നു എന്ന് അരിസ്റ്റോട്ടിൽ വാദിക്കുകയുണ്ടായി. അഗ്രിക്കോളയും ഇതേ വിശ്വാസക്കാരനായിരുന്നു. അരിസ്റ്റോട്ടിലിനെ

ചോദ്യം ചെയ്യാനൊന്നും ഇദ്ദേഹം തയാറായില്ല. എങ്കിലും അത്ഭുതങ്ങളുടെ പിന്നാലെയുള്ള നെട്ടോട്ടം ഉപേക്ഷിച്ച് സൂക്ഷ്മ നിരീക്ഷണങ്ങളിലും ശാസ്ത്രീയ പഠനങ്ങളിലും ശ്രദ്ധകേന്ദ്രീകരിക്കാൻ അഗ്രിക്കോളയെപ്പോലുള്ളവർ തയാറായി. രസതന്ത്രത്തിന്റെ പുരോഗതിയിൽ ഇതും ഒരു വഴിത്തിരിവായിമാറി.

രസതന്ത്രജ്ഞരായാലും ആൽക്കെമിസ്റ്റുകളായാലും, അവരുടെ പല നിഗമനങ്ങൾക്കും പരീക്ഷണാർഥമായ അടിത്തറ ഉണ്ടായിരുന്നില്ല. പരാസെൽസസിനെയും അഗ്രിക്കോളെയെയുംപോലുള്ളവർ ഈ രംഗത്ത് മാറ്റങ്ങൾക്കു തുടക്കംകുറിച്ചു. വസ്തുക്കൾ കത്തുന്നതിനെക്കുറിച്ചുള്ള അബദ്ധജഡിലമായ ഒരു തത്വം (ഫ്ളോജിസ്റ്റൺ തത്വം) പിന്നെയും കുറേക്കാലംകൂടി നിലനിന്നു. ഓക്സിജൻ കണ്ടുപിടിച്ച് അടുത്ത നൂറ്റാണ്ടിൽ ജോസഫ് പ്രീസ്റ്റ്ലി അത് അബദ്ധജഡിലമാണെന്നു തെളിയിച്ചു. സംഭവബഹുലമായ ആ ചരിത്രത്തിലേക്കാണ് നാം കടന്നുചെല്ലുന്നത്. അതിനുമുമ്പ് റോബർട്ട് ബോയിലിന്റെ ജീവിതത്തിലേക്ക് ഒന്നെത്തിനോക്കാം.

4

റോബർട്ട് ബോയിൽ: സത്യാന്വേഷിയുടെ വഴി

റോബർട്ട് ബോയിൽ

ആയിരത്തി അറുന്നൂറ്റി എൺപതിലെ ഒരുദിവസം. അയർലണ്ടിലെ ബുദ്ധിജീവികൾ പങ്കെടുത്ത ഒരു വേദിയിൽ കൂലങ്കഷമായ ചർച്ചനടന്നുകൊണ്ടിരിക്കുകയാണ്. ഇതാണ് വിഷയം. 'തീതുപ്പുന്ന' ഫോസ്ഫറസ് എന്നമൂലകം യഥാർഥത്തിൽ കണ്ടുപിടിച്ചത് ആരാണ്? വർഷങ്ങൾക്കു മുമ്പ് ഹെത്തിങ് ബ്രാൻഡ് എന്ന കച്ചവടക്കാരനാണോ അതു കണ്ടുപിടിച്ചത്? അതെയെന്ന് ചിലർ. അല്ല, ഫോസ്ഫറസ് കണ്ടുപിടിച്ചത് താനാണെന്ന് ഗവേഷകനായ റോബർട്ട് ബോയിൽ ചൂണ്ടിക്കാട്ടുന്നു. ഏതാണ് ശരി?

"രണ്ടും ശരിയാണ്" ബോയിൽ പറഞ്ഞു: "നൂറ്റാണ്ടുകൾക്കുമുമ്പ് അത്തരം കണ്ടുപിടിത്തങ്ങൾ നടന്നിരിക്കാം. എന്നാൽ അതൊന്നും ആരും അറിയാതെപോയി. എന്തെങ്കിലും കണ്ടെത്തിയതുകൊണ്ടുമാത്രം കാര്യമില്ല. അത് അംഗീകൃത സ്ഥാപനങ്ങളിൽ വേണ്ട സമയത്ത് എത്തിക്കണം. ആധികാരികമായി അഭിപ്രായംപറയാൻ കഴിവുള്ള വിഷയവിദഗ്ധരുടെ അന്വേഷണം നേടിയെടുക്കണം. ഫോസ്ഫറസിന്റെ കാര്യത്തിൽ അതാണ് താൻ ചെയ്തത്. എനിക്കു മുമ്പ് അതുചെയ്തവർ ആ രീതി

യിൽ എന്തെങ്കിലും ചെയ്തിരുന്നെങ്കിൽ അത് ലോക ശ്രദ്ധതന്നെ പിടിച്ചു പറ്റുമായിരുന്നു. കണ്ടുപിടിത്തങ്ങൾ ഉണ്ടായ ഉടൻ അതു പ്രസിദ്ധീകരി ക്കുന്ന പക്ഷം ഇത്തരം വിവാദങ്ങൾ ഒഴിവാക്കാൻ കഴിയും. ഏതായാലും എന്തെങ്കിലും പറഞ്ഞ് വാർത്ത സൃഷ്ടിക്കുക എന്റെ ലക്ഷ്യമല്ല. ശാസ്ത്ര ഗവേഷണമാണ് എന്റെ വഴി. ആരെന്തു പറഞ്ഞാലും ഞാനതിലൂടെ മുന്നോട്ടു പോകും."

പതിനേഴാം നൂറ്റാണ്ടിൽ രസതന്ത്രം പിച്ചവച്ചു നടന്നിരുന്നകാലത്ത് അയർലണ്ടിലെ ഒരു പ്രഭുകുടുംബത്തിലാണ് റോബർട്ട് ബോയിലിന്റെ ജനനം. പഠിക്കാൻ മിടുക്കനായിരുന്നെങ്കിലും വായുവിന്റെ മർദത്തെയും വ്യാപ്തത്തെയും സംബന്ധിക്കുന്ന മൗലിക കണ്ടുപിടിത്തങ്ങൾ നടത്തി അയാൾ അനശ്വരനാകുമെന്ന് അന്ന് ആരും കരുതിയിരുന്നില്ല.

മാതാപിതാക്കളുടെ പതിനാലു മക്കളിൽ ഒരാളായിരുന്നെങ്കിലും ബോയിലിനു മികച്ച വിദ്യാഭ്യാസംതന്നെ കിട്ടി. മഹാനായ ഗലീലിയൊ ഗലീലി തന്റെ ദൂരദർശിനി മാനത്തേക്കുയർത്തി പ്രപഞ്ചസത്യങ്ങൾ ഓരോന്നായി അനാവരണം ചെയ്തുകൊണ്ടിരുന്ന കാലമായിരുന്നു അത്. അതിൽ ആകൃഷ്ടനായി ആ ചെറുപ്പക്കാരൻ ഇറ്റലിയിലേക്കുപോയി. ലാറ്റിനും ഗ്രീക്കും നന്നായി വഴങ്ങിയിരുന്നതുകൊണ്ട് ഗലീലിയോവിന്റെ പരീക്ഷണങ്ങളെക്കുറിച്ചു കൂടുതൽ മനസിലാക്കാൻ പ്രയാസമുണ്ടായി ല്ല. ശാസ്ത്രഗവേഷണത്തിൽ പരീക്ഷണങ്ങൾക്കുള്ള പരമ പ്രാധാന്യ ത്തെക്കുറിച്ചുള്ള വ്യക്തമായ ധാരണകളോടെയാണ് നാട്ടിൽ മടങ്ങിയെ ത്തിയത്.

1654 ൽ ബോയിൽ ഓക്സ്ഫോഡിൽ സ്ഥിരതാമസമാക്കി. വിജ്ഞാ നത്തിന്റെ ആ വിളനിലം ശാസ്ത്രപ്രവർത്തനങ്ങൾക്ക് ഉത്തേജനമായി. വായുവുമായി ബന്ധപ്പെട്ട പരീക്ഷണങ്ങളിൽ ചെറുപ്പംതൊട്ടേ വലിയ കമ്പമായിരുന്നു. കാറ്റടിക്കുമ്പോഴത്തെ വായുവിന്റെ തള്ളലും മറ്റും ചിന്ത കളെ ഉത്തേജിപ്പിച്ചുകൊണ്ടിരുന്നു. ഈഫൽഗോപുരത്തിന്റെ മുകളിൽ കയറി ഗലീലിയൊ നടത്തിയ സുപ്രസിദ്ധമായ ആ പരീക്ഷണമുണ്ടല്ലോ — നിർവാതമേഖലയിലൂടെ എല്ലാപദാർഥങ്ങളും ഒരേ വേഗതയിൽ താഴോട്ടു വീഴുമെന്നുള്ള പരീക്ഷണം — വസ്തുവിന്റെ ഭാരമനുസരിച്ച് പതന വേഗം വ്യത്യാസപ്പെടുമെന്ന അരിസ്റ്റോട്ടിലിന്റെ ധാരണയാണ് ഗലീ ലിയൊ അന്നു തിരുത്തിയത്. ഒരേ ഭാരമുള്ള രണ്ടു വസ്തുക്കൾ, ഒന്നിന് വലിപ്പം കൂടുതൽ. രണ്ടും ഒരേസമയം താഴോട്ടിടുന്നു. ഇതിൽ വലിപ്പം കൂടുതലുള്ളതിനുമേൽ വായുപ്രയോഗിക്കുന്ന പ്രതിരോധം കൂടുതലാ യിരിക്കും. അതുകൊണ്ട് പതനവേഗം കുറയും. അതിനാൽ അവ ഒരേ സമയം താഴെ വീഴില്ല. ശൂന്യതയിലാണെങ്കിൽ രണ്ടും ഒരേവേഗതയി ലാവും താഴേക്ക് വരിക. വിവിധഭാരമുള്ള വസ്തുക്കൾ ചരിഞ്ഞ ഗോപുര മുകളിൽനിന്ന് താഴേക്കിട്ട് ഗലീലിയോയുടെ നിഗമനം ശരിയാണെന്നു തെളിയിച്ചു എന്നാണ് കഥ.

വായുവിന്റെ ഈ പ്രത്യേകതകൾ ബോയിലിനെ പ്രത്യേകം

ആകർഷിച്ചു. ഈ രീതിയിൽ കൂടുതൽ പരീക്ഷണങ്ങൾ ചെയ്തു നോക്കി. വായുശൂന്യമായ സ്ഥലത്തുകൂടി ശബ്ദം സഞ്ചരിക്കില്ലെന്ന കണ്ടുപിടിത്തവും നടത്തി. വായുവിന്റെ വ്യാപ്തം കൂടുന്തോറും മർദം കുറഞ്ഞുവരുമെന്ന അതിപ്രധാനമായ കണ്ടുപിടിത്തവും നടത്തി. 'ബോയിലിന്റെ നിയമം' എന്ന പേരിൽ പിന്നീടിത് രസതന്ത്ര പാഠപുസ്തകങ്ങളിൽ ചിരപ്രതിഷ്ഠ നേടി. വായു ഒറ്റ വസ്തുവല്ലെന്നും ചെറു ചെറു കണികകളുടെ സംഘാതമാണെന്നും ബോയിൽ അന്നേ കണ്ടെത്തുകയുണ്ടായി.

അന്ന് തീരെ അജ്ഞാതമായിരുന്ന മറ്റൊരു സുപ്രസിദ്ധമായ തിരിച്ചറിവിലേക്കും ബോയിൽ ശാസ്ത്രലോകത്തെ നയിക്കുകയുണ്ടായി. എന്താണ് മൂലകം എന്നതിനെക്കുറിച്ചുള്ള വ്യക്തമായ ധാരണയാണിത്. ഒരു വസ്തുവിനെ വിഭജിച്ചാൽ, അതിന്റെ ഗുണങ്ങൾ ഒട്ടും നഷ്ടപ്പെടാത്തവിധം അതിനെ കൂടുതൽ ചെറുതാക്കാൻ കഴിയാത്ത അവസ്ഥയിലെത്തും. ഈ അവസ്ഥയിലുള്ള വസ്തുവാണ് മൂലകമെന്ന് ബോയിൽ നിരീക്ഷിച്ചു. *സംശയാലുവായ രസതന്ത്രജ്ഞൻ Halies- The sceptical chemist* എന്ന തന്റെ വിശ്രുത ഗ്രന്ഥത്തിൽ അദ്ദേഹം ഈ ആശയം അവതരിപ്പിച്ചു. പിന്നീട് ആധുനിക രസതന്ത്രവും ഇതേ നിർവചനം തന്നെ സ്വീകരിച്ചതായി നമുക്കു കാണാം.

മൂത്രം വറ്റിച്ച് ഫോസ്ഫറസ് വേർതിരിച്ചെടുക്കുമ്പോൾ ബോയിലിന് പ്രായം അമ്പത്തിമൂന്ന്. പിന്നേയും പതിനൊന്നു വർഷംകൂടി അദ്ദേഹം നിറഞ്ഞു ജീവിച്ചു. തികഞ്ഞ മതഭക്തനായിരുന്ന അദ്ദേഹം മത പ്രചാരണത്തിനും മറ്റും സമയം കണ്ടെത്തുകയുണ്ടായി. ജീവിതകാലം മുഴുവൻ അവിവാഹിതനായിത്തന്നെ ജീവിച്ചു.

ഓക്സ്ഫോഡിൽ ആയിരുന്നകാലം തൊട്ട് അവിടെ ഒരു പണ്ഡിത സദസുനടക്കാറുണ്ടായിരുന്നു. ബോയിൽ അതീവതാൽപ്പര്യത്തോടെ അതിൽ പങ്കെടുത്തു. സ്വാഭിപ്രായങ്ങൾകൊണ്ട് ചെറുപ്പംതൊട്ടേ ശ്രദ്ധേയനായി. പിന്നീട് 1663 ൽ 'റോയൽ സൊസൈറ്റി' എന്ന പ്രസിദ്ധമായ ശാസ്ത്ര സംഘടനയായി മാറിയത് ഈ സഹൃദയ സദസാണ്.

അന്ധവിശ്വാസികളും തട്ടിപ്പുകാരുമായ ആൽക്കെമിസ്റ്റുകളും അവരുടെ ശിങ്കിടികളും കൊടികുത്തിവാണിരുന്ന ഒരുകാലത്ത് എല്ലാഅർഥത്തിലും സത്യാന്വേഷകനായിരുന്ന ഈ ശാസ്ത്രജ്ഞൻ 1961 ൽ അന്തരിച്ചു.

5

ജോസഫ് പ്രീസ്റ്റ്‌ലി: ശാസ്ത്രലോകത്തിലെ വിപ്ലവകാരി

ജോസഫ് പ്രീസ്റ്റ്‌ലി

ബ്രിട്ടനിലെ ബർമിങ് ഹാം എന്ന നഗരത്തിൽ ഏതാണ്ട് രണ്ട രനൂറ്റാണ്ടിലേറെക്കാലം മുമ്പ് മത ഭക്തനും സ്വാതന്ത്ര്യദാഹിയും മനു ഷ്യസ്നേഹിയുമായ ഒരു മാന്യൻ ജീവിച്ചിരുന്നു. ഒരുദിവസം ആ വീട്ടി ലേക്ക് കൈയിൽ തീപ്പന്തങ്ങളും മാരകായുധങ്ങളുമായി ഒരു സംഘ മാളുകൾ കടന്നുചെന്നു. വീട്ടിന കത്തുണ്ടായിരുന്ന വിലമതിക്കാനാ വാത്ത പരീക്ഷണോപകരണങ്ങ ളെല്ലാം അവർ തല്ലിത്തകർത്തു. അപൂർവ ഗ്രന്ഥങ്ങളും കൈയെ ഴുത്തു പ്രതികളും കൂമ്പാരം കൂട്ടി ചുട്ടുകരിച്ചു. "എവിടെ ആ കപട പണ്ഡിതൻ?.....എല്ലാ പണ്ഡിത ന്മാരും തുലഞ്ഞു പോകട്ടെ. ഞങ്ങ ൾക്ക് മഹാരാജാവുമതി." എന്ന് ആൾക്കൂട്ടം ആർത്തുവിളിച്ചു.

അവർ അന്വേഷിക്കുന്നയാൾ, ജോസഫ് പ്രീസ്റ്റ്‌ലി വീട്ടിലില്ലായിരു ന്നു. അറുപതിനോടടുത്ത ആ നല്ല മനുഷ്യൻ ശത്രുക്കളുടെ നീക്കം മന സിലാക്കി തന്ത്രപൂർവം മാറിനിൽക്കുകയായിരുന്നു. കൈയോടെ കിട്ടി യാൽ വന്ദ്യവയോധികനാണെന്ന കാര്യമൊന്നും നോക്കാതെ അവർ അദ്ദേഹത്തെ കശാപ്പുചെയ്യുമെന്നു തീർച്ച.

ഇത്രയേറെ പ്രകോപിതരാകാൻ എന്തായിരുന്നു ജോസഫ് പ്രീസ്റ്റ്ലി ചെയ്ത കുറ്റം. ഒരുവർഷം മുമ്പുനടന്ന ഫ്രഞ്ചുവിപ്ലവത്തിന്റെ പ്രചോദനത്താൽ നാടുണരുകയായിരുന്നു. രാജാവാഴ്ചയ്ക്കെതിരെ മുറവിളി ഉയർന്നു. ഫ്രഞ്ചുവിപ്ലവത്തിന്റെ വിജയം ലോകമെമ്പാടും ആവേശമായി പടർന്നു. ജോർജ് മൂന്നാമനാണ് അന്ന് ഇംഗ്ലണ്ടിന്റെ ഭരണാധിപൻ. വിപ്ലവത്തെക്കുറിച്ചുള്ള വാർത്തകൾ രാജാവിനെ വല്ലാതെ പേടിപ്പിച്ചു. വിപ്ലവത്തോട് അനുഭാവമുള്ളവർ ആ നാട്ടിലുമുണ്ട്. എപ്പോഴാണ് അവർ ഒന്നിച്ചുചേർന്ന് തനിക്കെതിരെ തിരിയുകയെന്ന് പറയാനാവില്ല. പോരാത്തതിന് ജോർജ് മൂന്നാമന്റെ കോളനി വാഴ്ചയ്ക്കെതിരെ അങ്ങ് അമേരിക്കയിലും പോരാട്ടം നടക്കുന്നു. രാജാവ് ഒരുമുഴം മുമ്പേയെറിഞ്ഞു. അദ്ദേഹം കുറേ പാർശ്വവർത്തികളെ സംഘടിപ്പിച്ചു. അവരാണ് ജോസഫ് പ്രീസ്റ്റ്ലിയെ അന്വേഷിച്ചെത്തിയത്. രാജാവിന്റെ നോട്ടപ്പുള്ളികളിൽ പ്രധാനിയാണ് അദ്ദേഹം. വലിയ വിപ്ലവകാരിയാണത്രെ. ശാസ്ത്രജ്ഞർ ആ പണി നോക്കിയാൽ പോരെ? രാജവാഴ്ചയ്ക്ക് പാരവയ്ക്കണോ? അമേരിക്കക്കാരെ പിന്തുണയ്ക്കണോ? പ്രീസറ്റ്ലി, അപ്പോഴേക്കും ലണ്ടൻ നഗരത്തിലേക്ക് ഒളിച്ചോടിക്കഴിഞ്ഞിരുന്നു.

1791 ജൂലായ് 14 ബാസ്റ്റൈൽ കോട്ട കീഴടക്കിയതിന്റെ രണ്ടാം വാർഷിക ദിനമാണിന്ന്. അതു സമുചിതമായി ആഘോഷിക്കാൻ ഒരു കൂട്ടം ബുദ്ധിജിവികൾ ബർമിങ് ഹാമിലെ മൈതാനിയിൽ സമ്മേളിച്ചു. ജനകീയ പ്രക്ഷോഭങ്ങളെ സഹാനുഭൂതിയോടെ നോക്കിക്കാണുന്ന ചിലരാണവർ, ജോസഫ് പ്രീസ്റ്റ്ലി അവരുടെ നേതാവും.

ബാസ്റ്റൈൽ കോട്ട

പ്രീസ്റ്റ്ലി വേട്ടയുടെ തുടക്കം അങ്ങനെയൊക്കെയായിരുന്നു. ആ സമ്മേളന സ്ഥലത്തേക്ക് ഒരു ജോടി അശ്വാരൂഢരും അവരെ പിന്തുടർന്ന് ഒരാൾക്കൂട്ടവും കടന്നുചെന്നു. അശ്വാരൂഢരിലൊരാൾ ഒരു തിട്ടൂരം നിവർത്തി ഇപ്രകാരം ഉറക്കെ വായിച്ചു: "അരാജകവാദികൾ വിപ്ലവമുണ്ടാക്കാൻ കോപ്പുകൂട്ടുന്നതായി തിരുമനസുകൊണ്ട് മനസിലാക്കുന്നു. അവർ പള്ളി ചുട്ടെരിക്കും. ഫ്രാൻസിൽ സംഭവിച്ചതുപോലെ മഹാരാജാവിന്റെ തലയറുക്കാൻ വട്ടംകൂട്ടുന്നതായി മനസിലാക്കുന്നു. ആയതിനാൽ ഈ കൂടിനിൽക്കുന്നവരെ സാക്ഷിനിർത്തി നോം അരാജവാദികൾക്ക് മുന്നറിയിപ്പുനൽകുന്നതെന്തെന്നാൽ നിങ്ങളുടെ നാളുകൾ എണ്ണപ്പെട്ടിരിക്കുന്നു." ജനം പെട്ടെന്ന് ഇളകിമറിഞ്ഞു. കുറേയേറെയാളുകൾ രാജാവിനെ വാഴ്ത്തി മുദ്രാവാക്യം മുഴക്കി: "പള്ളിയും രാജാവും നീണാൾവാഴട്ടെ, അരാജകവാദികൾ തുലയട്ടെ" എന്ന് അവർ ആർത്തുവിളിച്ചു. വിപ്ലവകാരികളുടെ ശബ്ദം അതിൽ മുങ്ങിപ്പോയി.

എല്ലാം മുൻകൂട്ടി ഏർപ്പാടുചെയ്തപോലെയായിരുന്നു. നിമിഷങ്ങൾക്കകം സമ്മേളനനഗരി തീക്കുണ്ഡമായിമാറി. വിപ്ലവകാരികൾ ജീവനും കൊണ്ടോടി.

അടുത്ത രംഗമാണ് നാം വന്ദ്യനായ ജോസഫ്പ്രീസ്റ്റ്ലിയുടെ വീട്ടിൽ കണ്ടത്. രാജാവ് ചതുരനായിരുന്നു. ജനാധിപത്യത്തിലും സ്വാതന്ത്ര്യത്തിലും വിശ്വസിക്കുന്നവർ ഒരു ചെറു ന്യൂനപക്ഷമേ വരൂ. അവരെ അമർച്ചചെയ്യാൻ ഒന്നുമറിഞ്ഞുകൂടാത്ത സാധാരണക്കാരെ ഇളക്കിവിട്ടു. അതു വിജയിക്കുകയും ചെയ്തു.

എന്തുതെറ്റാണ് പ്രീസ്റ്റ്ലി ചെയ്തത്? വിപ്ലവപ്രവർത്തനങ്ങളിൽ ശാസ്ത്രജ്ഞന്റെ പങ്ക് എന്തായിരുന്നു? ആൾ ശാസ്ത്രജ്ഞൻ മാത്രമല്ല, വൈദികൻ കൂടിയാണ്. വൈദികൻ പള്ളിയുടെ കാര്യത്തിലല്ലേ ശ്രദ്ധിക്കേണ്ടത്? എന്നാൽ ഇയാളോ? ശാസ്ത്രമൊക്കെ മതിയാക്കി ഇപ്പോൾ വിപ്ലവത്തിന് ആളെക്കൂട്ടുകയാണ്. അമേരിക്കയിൽ ബെഞ്ചമിൻ ഫ്രാങ്ക്ളിൻ എന്ന തലതെറിച്ച ഒരു വിത്തുണ്ടത്രെ. പട്ടം പറപ്പിച്ച് അതിന്റെ നൂലിൽക്കൂടി ഇടിമിന്നലിൽ നിന്നുള്ള കറന്റ് ശേഖരിച്ച വിദ്വാൻ. ആ നാട്ടിൽ സ്വാതന്ത്ര്യസമരത്തിന്റെ പേരിൽ നടക്കുന്ന കുഴപ്പങ്ങൾക്കു പിന്നിൽ ഈ വിദ്വാനുമുണ്ടത്രെ. ഇയാൾ പ്രീസ്റ്റ്ലിക്ക് നീണ്ട കത്തുകളയയ്ക്കാറുണ്ടത്രെ. എല്ലാറ്റിലും വിഷയം സ്വാതന്ത്ര്യം ഒന്നുമാത്രമാണ്. രാജാവിനെക്കുറിച്ചു തെറികളാണ്. കവലകളിൽ ചെന്ന് ഈ കത്തുകൾ ഉറക്കെവായിച്ച് ആളെക്കൂട്ടലാണ് ഈ പ്രീസ്റ്റ്ലിയുടെ പണി. ഫ്രഞ്ചുവിപ്ലവ വാർഷികം കൊണ്ടാടുന്നതും ബാസ്റ്റൈൽ കോട്ട തകർന്നുവീണതിനെ അനുസ്മരിക്കുന്നതും ഇയാളുടെ നേതൃത്വത്തിലാണ്.

ഏതായാലും പ്രിസ്റ്റിലിയെ അവർക്കുകൊല്ലാൻ കിട്ടിയില്ല. മൂന്നു വർഷം അദ്ദേഹം ലണ്ടനിൽ രഹസ്യമായി താമസിച്ചു. പിന്നെ അമേരിക്കയിലേക്കുകപ്പൽ കയറിരക്ഷപ്പെട്ടു.

ഇനിനമുക്ക് ഈ വിപ്ലവകാരിയുടെ ശാസ്ത്രസംഭാവനകളിലേക്കു

വരാം. ഇംഗ്ലണ്ടിലെ യോർക്ക്ഷെയറിൽ ഫീൽഡ് ഹെഡ് എന്ന സ്ഥലത്ത് 1733 ൽ ജനനം. പിതാവ് വലിയൊരു വൈദികനായിരുന്നു. മുതിർന്നപ്പോൾ മനസില്ലാമനസോടെ വൈദികപ്പട്ടം കെട്ടി. വരുമാനം കുറവായതുകൊണ്ട് നിത്യവൃത്തിക്ക് അധ്യാപനവും നടത്തേണ്ടിവന്നു. തീരെ താൽപ്പര്യമില്ലാതിരുന്നിട്ടും അതുചെയ്യേണ്ടിവന്നു. സ്കൂൾസമയം കഴിഞ്ഞ് ട്യൂഷനും. ഫ്രഞ്ച്, ഇറ്റാലിയൻ, ജർമൻ, അറബിക്ക് എന്നിങ്ങനെ നിരവധി ഭാഷകളിൽ പ്രാവീണ്യമുണ്ടായിരുന്ന ജോസഫച്ചൻ സുഹൃത്തുകളെ സംബന്ധിച്ചിടത്തോളം ഒരസാധാരണ മനുഷ്യൻതന്നെയായിരുന്നു. എന്നിട്ടും അധ്യാപകനായി ശോഭിച്ചില്ല.

കോളനി ഭരണത്തിനെതിരെ അമേരിക്കയിൽ നടക്കുന്ന സമരത്തിന്റെ വാർത്തകൾ ജോസഫിന്റെ ചെവിയിൽ എത്തിക്കൊണ്ടിരുന്നു. എന്നാൽ രാജാവിന് ജനങ്ങളുടെ വലിയ പിന്തുണയുണ്ടായിരുന്നു. അടക്കിഭരിക്കാനായി സർവശക്തനായ ദൈവത്താൽ നിയോഗിക്കപ്പെട്ടയാളാണ് ഇംഗ്ലണ്ടിലെ രാജാവ് എന്ന അന്ധവിശ്വാസം അന്ന് അത്രയ്ക്കും രൂഢമൂലമായിരുന്നു.

അങ്ങനെയിരിക്കെ ജോസഫ് വിവാഹിതനായി. ഉത്തരവാദിത്വങ്ങൾ വർധിച്ചു. വരുമാനം കുറഞ്ഞു. രണ്ടറ്റവും കൂട്ടിമുട്ടിക്കാൻ ബുദ്ധിമുട്ടി. എന്നാൽ ആളുകളുടെ സ്നേഹം പിടിച്ചുപറ്റുന്ന യാതൊന്നും; സ്വാഭിപ്രായം മുഖംനോക്കാതെ പറയുന്ന ശീലമുള്ള ആ മനുഷ്യനില്ലായിരുന്നു. കെമിസ്ട്രിയിലൊന്നും അന്ന് താൽപ്പര്യമെടുത്തിരുന്നില്ല. എന്നാൽ രാഷ്ട്രീയം ഇഷ്ടവിഷയമായിരുന്നു. ജനങ്ങൾ ജനങ്ങളാൽ ഭരിക്കപ്പെടുന്ന ഒരു സമ്പ്രദായത്തെക്കുറിച്ചു സ്വപ്നംകാണാൻ ഇഷ്ടമായിരുന്നു.

1766 ൽ ലണ്ടനിൽവച്ച് ബഞ്ചമിൻ ഫ്രാങ്ക്ളിനെ പരിചയപ്പെടാനിടയായത് വഴിത്തിരിവായി. രസതന്ത്രത്തിൽ താൽപ്പര്യം വളർന്നു. രാഷ്ട്രീയത്തിൽ മാത്രമല്ല സയൻസിലും ഫ്രാങ്ക്ളിൻ ഗുരുവായി. അമേരിക്കയിൽ അന്നു ജീവിച്ചിരുന്ന ഏറ്റവും വലിയ ശാസ്ത്രജ്ഞനാണ് ഫ്രാങ്ക്ളിൻ. വിമോചനത്തെക്കുറിച്ചുള്ള ആശയങ്ങളാണ് രണ്ടുപേരെയും അടുപ്പിച്ചതെങ്കിലും അത് താമസിയാതെ കെമിസ്ട്രിയിലേക്കും പകർന്നു. ഫ്രാങ്ക്ളിൻ താൻ നടത്തിയ ചില പരീക്ഷണങ്ങളെക്കുറിച്ചു പറഞ്ഞത് ജോസഫ് താൽപ്പര്യപൂർവം കേട്ടു. നാട്ടിലെത്തിയ ഫ്രാങ്ക്ളിൻ വിഷയവുമായി ബന്ധപ്പെട്ട ചില പുസ്തകങ്ങളും ആനുകാലികങ്ങളും അയച്ചുകൊടുത്തു. അവ ചൂണ്ടിക്കാട്ടിയ വഴികളിലൂടെ സഞ്ചരിച്ച് ജോസഫ് പ്രീസ്റ്റ്ലി രസതന്ത്രജ്ഞനായി.

രസതന്ത്രം അപ്പോഴും ബാലാരിഷ്ടതകൾ പിന്നിട്ടു കഴിഞ്ഞിരുന്നില്ല. സിദ്ധാന്തങ്ങളിൽ അധിഷ്ഠിതമായ ഒരു സമീപനമാണ് ഈ വിഷയത്തോട് അന്നത്തെ ബുദ്ധിജീവികൾക്കുണ്ടായിരുന്നത്. പരീക്ഷണനിരീക്ഷണങ്ങൾക്ക് അർഹമായ സ്ഥാനം കിട്ടിയിരുന്നില്ല. രാസപ്രതിഭാസങ്ങളെ മൂന്ന് അടിസ്ഥാന തത്വങ്ങളുടെ അടിസ്ഥാനത്തിൽ വിശദീകരിക്കുന്ന ഒരു രീതി അന്ന്നിലവിലുണ്ടായിരുന്നു. ഗന്ധക-രസ-ലവണ തത്വ

ങ്ങൾ എല്ലാം വിശദീകരിക്കുമെന്നുവന്നു. ഗന്ധകം ജ്വലനകാരികളെയും രസം ബാഷ്പീകരണസ്വഭാവമുള്ളവയെയും ലവണം നിഷ്ക്രിയ വസ്തുക്കളെയും പ്രതിനിധീകരിച്ചു. തീപിടിക്കുന്ന (ജ്വലിക്കുന്ന) വസ്തുക്കൾ ചാരവും (കാൽക്സ്) ഫ്ളോജിസ്റ്റണും ചേർന്നുണ്ടാകുന്നു. എന്നായിരുന്നു ധാരണ. വസ്തു ജ്വലിക്കുന്നതോടെ ഫ്ളോജിസ്റ്റൺ അന്തരീക്ഷത്തിൽ വിലയംപ്രാപിക്കും. ചാരം ബാക്കിയാവും. ഇതാണ് ഫ്ളോജിസ്റ്റൺ തിയറി. എത്രയും പ്രധാനമായ ഒന്നായിരുന്നു അന്നിത്. ഒരു നൂറ്റാണ്ടിലേറെക്കാലം അത് ലോകത്തെ അടക്കിഭരിച്ചു. രാസപ്രവർത്തനങ്ങളെല്ലാം ഈ ഒറ്റയൊരു സിദ്ധാന്തത്തിന്റെയടിസ്ഥാനത്തിൽ വിശദീകരിക്കപ്പെട്ടു.

അങ്ങനെയിരിക്കെ റോബർട്ട് ബോയ്ൽ വരുന്നു (1627–1691). വാതകങ്ങളെക്കുറിച്ച് നൂതനാശയങ്ങൾ പുറത്തുവരുന്നു. മൂലകം എന്നാൽ എന്തെന്നതിന് അങ്ങോർ ഒരു നിർവചനമുണ്ടാക്കുകപോലും ചെയ്തത് നാം കണ്ടല്ലോ. 'തത്വം' മാറി 'മൂലകം' പ്രചരിച്ചു. സിദ്ധാന്തങ്ങൾ പരീക്ഷണങ്ങൾക്കു വഴിമാറി. സംശയാലുവായ ശാസ്ത്രജ്ഞൻ എന്നാണ് ബോയ്ലിന്റെ ഒരു പ്രധാന പുസ്തകത്തിന്റെ പേര് എന്നും സൂചിപ്പിച്ചല്ലോ. മാറ്റത്തിന്റെ തുടക്കം ഈ കൃതിയിൽ കാണാം. ദ്രവ്യത്തിന്റെ അടിസ്ഥാനഘടകങ്ങളെക്കുറിച്ച് എന്താണ് അരിസ്റ്റോട്ടിൽ പറഞ്ഞത്? അഗ്നി, പൃഥ്വി (മണ്ണ്), ജലം, വായു– ഇതുനാലും ചേർന്ന് എല്ലാ വസ്തുക്കളുമുണ്ടാകുന്നു. നാലേനാലെണ്ണം മാത്രം! ബോയ്ൽ ഇതു തെറ്റാണെന്നു തെളിയിച്ചു. വാതകങ്ങളുടെ സ്വഭാവത്തെക്കുറിച്ച് രസകരമായ പല പരീക്ഷണങ്ങളും നടത്തുകയും ചെയ്തു. ഒരു വാതകത്തിന്റെ മർദവും വ്യാപ്തവും തമ്മിലുള്ള ബന്ധം ഈ പരീക്ഷണങ്ങളിലൂടെ വ്യക്തമാക്കപ്പെട്ടു. ചോക്കിലും ചുണ്ണാമ്പുകല്ലിലുമെല്ലാം വാതകം ബന്ധിതാവസ്ഥയിൽ കിടപ്പുണ്ടെന്ന് വില്യംബ്ലാക്ക് എന്ന സ്കോട്ട്ലണ്ടുകാരൻ തെളിയിച്ചു. മെഗ്നീഷ്യം കാർബണേറ്റിനെ ചൂടാക്കിയപ്പോൾ അതിനകത്തെ ബന്ധിതവാതകം പുറത്തുവന്നു! കട്ടിയുള്ള വസ്തുക്കളിൽപ്പോലും വായു സ്ഥിരീകൃതമായിക്കിടപ്പുണ്ടെന്ന അറിവ് പരീക്ഷണനിരീക്ഷണങ്ങൾ വഴി നേടാൻ കഴിഞ്ഞ ഒരു വൻ അറിവായിമാറി.

പ്രീസ്റ്റ്ലിയുടെ 'രസതന്ത്രപ്പിരാന്ത്' ഇതിനകം അയാളെ ഒരു പരീക്ഷണ കുതുകിയായി മാറ്റിക്കഴിഞ്ഞിരുന്നു. ലീഡ്സിൽ വീട്ടിനടുത്ത് ഒരു വാറ്റുശാലയുണ്ട്. വെറുതെ അവിടെ പോയിരിക്കും. അങ്ങനെയിരിക്കെ അടുപ്പിനടുത്തു ചെന്ന് ഓരോ കിറുക്കുകാട്ടാൻ തുടങ്ങി. കിറുക്കെന്നുപറഞ്ഞാൽ, അടുപ്പിൽനിന്ന് തീക്കൊള്ളിയെടുത്ത് പടുകൂറ്റൻ വാറ്റുപാത്രങ്ങളിൽനിന്ന് ഗുമുഗുമാ ആവി വമിക്കുന്ന പാത്രങ്ങൾക്കു മുകളിൽ പിടിക്കും. പെട്ടെന്ന് തീകെടും. ഇതെന്തതിശയമെന്ന മട്ടിൽ ജോസഫ് പണിക്കാരുടെ മുഖത്തേക്കു നോക്കും. ഇങ്ങനെ എത്രയോ തവണ അയാൾ പരീക്ഷണം നടത്തി. പണിക്കാർക്ക് സമയം പോകാൻ പറ്റിയ നല്ലതമാശ. ഇയാൾ ഇപ്പോൾ സ്കൂളിലൊന്നും പോകാറില്ല. സമയം പോയിക്കിട്ടാനാകും ശാലയിലെ സ്ഥിരം അന്തേവാസിയായത് എന്നേവിചാരിച്ചുള്ളൂ.

അങ്ങനെ കുറേനാൾ കഴിഞ്ഞപ്പോൾ പണിക്കാർക്കു മടുത്തു. തന്നെയവരൊരു ശല്യമായിക്കാണാൻ തുടങ്ങിയോ എന്നു ജോസഫിനുസംശയം. ജിജ്ഞാസ അടക്കാനും കഴിയുന്നില്ല. അതുകൊണ്ട് ചെറിയതോതിൽ വീട്ടിൽത്തന്നെ വീഞ്ഞുണ്ടാക്കാൻ തുടങ്ങി. നിറമില്ലാത്ത ആ വാതകം ഒരു കുപ്പിയിൽ ശേഖരിച്ചു. അതിനെ വെള്ളത്തിൽ ലയിപ്പിക്കാൻ കഴിയുമോ എന്നു നോക്കി. ഇല്ല, എത്രശ്രമിച്ചാലും ഇത്തിരിമാത്രം വെള്ളത്തിൽ അലിയുന്നു. അങ്ങനെ അലിയിച്ച വിശുദ്ധജലവും കൊണ്ട് ഒരുനാൾ ജോസഫ് പ്രീസ്റ്റ്ലി റോയൽ സൊസൈറ്റിയിലെത്തി.

വിഖ്യാതമായ ഒരു ശാസ്ത്രസ്ഥാപനമാണ് റോയൽ സൊസൈറ്റി എന്നറിയാമല്ലോ. ആയിടെമാത്രമാണ് (1660) അത് നിലവിൽവന്നത്. ശാസ്ത്രകാര്യങ്ങളിൽ വൻതാൽപ്പര്യമെടുത്ത സ്ഥാപനമായിരുന്നു. പ്രീസ്റ്റ്ലിയുടെ കണ്ടെത്തലിന് അവർ വൻ പ്രാധാന്യംനൽകി.

റോയൽ സൊസൈറ്റി

പ്രീസ്റ്റ്ലി കൊണ്ടുപോയ ആ വിശുദ്ധവെള്ളം എന്താണെന്ന് ഇതിനകം നങ്ങൾക്ക് മനസിലായിരിക്കും. സോഡവെള്ളം! കാർബോണിക് അമ്ലം. ഉറച്ച ദാഹം മാറ്റാൻ നിങ്ങൾ കുടിക്കാറുള്ള സോഡതന്നെ. അപ്പോൾ അതിൽ ഇത്തിരിമാത്രം ലയിച്ചുചേർന്ന ആ വാതകമോ? സംശയമെന്ത്, കാർബൺ ഡൈ ഓക്സൈഡുതന്നെ. ഇപ്പോൾ മനസിലായോ, കാർബൺ ഡൈ ഓക്സൈഡും കാർബോണിക്ക് ആസിഡും കണ്ടുപിടിച്ചത് ജോസഫ്, പ്രീസ്റ്റ്ലിയായിരുന്നു എന്ന്.

വാതക ശേഖരണത്തെ അദ്ദേഹം ഒരു കലതന്നെയായി വളർത്തിയെടുത്തു. പലതരം രാസവസ്തുക്കൾ ഉപയോഗിച്ചും വാതകങ്ങൾ നിർമിച്ചു. രസത്തിന്റെയോ ജലത്തിന്റെയോ ആദേശംവഴി ആയതുകൾ ശേഖരിക്കുന്ന വിദ്യ ആവിഷ്കരിച്ചു. അവ കുപ്പികളിൽ ശേഖരിച്ചു സൂക്ഷിച്ചു.

മറ്റൊരു പരീക്ഷണം. കറിയുപ്പും വിട്രിയോളിക് അമ്ലവും കലർത്തി പ്രീസ്റ്റ്ലി ഒരു പുതിയ വാതകം നിർമിക്കുന്നു. വെള്ളത്തിൽ ഇത് അതിവേഗം ലയിക്കുന്നതായിക്കണ്ടു. ഇങ്ങനെ വാതകം ലയിച്ചു ചേർന്ന വെള്ളം ഒരു അമ്ലമാകുന്നു. പ്രീസ്റ്റ്ലി അതിനെ മ്യൂറിയാറ്റിക് അമ്ലം എന്നു വിളിച്ചു. ഏവർക്കും സുപരിചിതമായ ഹൈഡ്രോക്ലോറിക് അമ്ലം!

മറ്റൊരു പരീക്ഷണത്തിൽ ഏതോ ഒരു പദാർഥം ചൂടാക്കിയപ്പോൾ രൂക്ഷ ഗന്ധമുള്ള വാതകം പുറത്തുവന്നു. ശ്വസിച്ചവർക്കെല്ലാം ശ്വാസം മുട്ടി. കണ്ണുകൾ എരിഞ്ഞു. ഇപ്പോൾ തളർന്നുവീണു പോകുമോ എന്നു പോലും ഭയപ്പെട്ടു. എങ്കിലും അതൊരു പുത്തൻ കണ്ടുപിടിത്തമാണെന്ന അറിവ് ഉണർവു പകർന്നു. പിന്നെ അദ്ദേഹം ചെയ്തതെന്താണെന്നോ? വീടാകെ ഓടിനടന്നു നൃത്തം വെച്ചു. രൂക്ഷഗന്ധം സഹിക്കാനാവാതെ വീടുവിട്ടോടിപ്പോയ ഭാര്യയെയും മക്കളെയും വിളിച്ചുകൊണ്ടുവന്ന് കാര്യങ്ങൾ വിശദീകരിച്ചു.

ഇന്ന് നാം സ്കൂൾലാബുകളിൽ സാധാരണചെയ്യാറുള്ള ഒരു വാതക പരീക്ഷണം പ്രീസ്റ്റ്ലി അന്നു നടത്തുകയുണ്ടായി. രണ്ടു വാതകജാറുകളിൽ അദ്ദേഹം നിറമില്ലാത്ത രണ്ടുതരം വാതകങ്ങൾ എടുക്കുന്നു. തുടർന്ന് രണ്ടു ജാറുകളും പരസ്പരം വായ്ചേർത്തു വെക്കുന്നു. മൂടി നീക്കം ചെയ്യുന്നു. തുടർന്നുണ്ടായ അത്ഭുതം വർണിക്കാനാവാതെ ശാസ്ത്രജ്ഞൻ വിഷമിച്ചു. എന്താണ് യഥാർഥത്തിൽ സംഭവിച്ചത്? രണ്ടു വാതകങ്ങളും അപ്രത്യക്ഷമായി. പകരം ജാറുകളിൽ ഒരു വെളുത്തപൊടി ഉണ്ടായി.

പറയാമോ, എന്തായിരുന്നു ഈ വെളുത്തപൊടി? അതെ, അതുതന്നെ അമോണിയം ക്ലോറൈഡ്. ഗ്യാസ് ജാറുകളിലെ വാതകമോരോന്നും എന്താണെന്ന് ഇനിപ്പറയാമല്ലോ. ഈ രാസവാക്യം നോക്കുവിൻ – അമോണിയ + ഹൈഡ്രജൻ ക്ലോറൈഡ് = അമോണിയം ക്ലോറൈഡ്. ഏതാണ്ട് രണ്ടര നൂറ്റാണ്ടുമുമ്പ് ജോസഫ് പ്രീസ്റ്റ്ലി നടത്തിയ ആ പരീക്ഷണം എന്താ സ്കൂൾ ലാബിൽ ചെയ്തു കൂടെ?

പരീക്ഷണങ്ങളുടെ തിരക്കിൽ പ്രീസ്റ്റ്ലി ലോകത്തെ മറന്നു. വിവിധതരം 'വായു'വിന്റെ നിർമാണത്തിൽ പ്രീസ്റ്റ്ലിയൊരു വിദഗ്ധനായി. പിന്നീട് ഇതിൽ പലതും റോയൽ സൊസൈറ്റിയിൽ അവതരിപ്പിച്ച് അംഗീകാരം നേടി. ശാസ്ത്രവിദ്യാർഥികൾക്കിടയിൽമാത്രമല്ല, ബുദ്ധിജീവി

കൾക്കിടയിൽ പൊതുവെ കെമിസ്ട്രി ഏറ്റവും രസകരമായ ഒരു വിഷയമായി മാറി. കവികളും സാഹിത്യകാരന്മാരുമെല്ലാം ഇത്തരം പരീക്ഷണങ്ങൾ കാണാനും ആവർത്തിക്കാനും കൗതുകം കാട്ടി.

അങ്ങനെയിരിക്കെ വാതക പരീക്ഷണങ്ങൾക്കിടയിൽ അവിശ്വസനീയമായ ഒരു സംഭവമുണ്ടായി. കുറേ മെർക്കുറിക് ഓക്സൈഡ് ചൂടാക്കുകയായിരുന്നു. ഒരു കവചംകൊണ്ട് സൂര്യരശ്മികൾ കേന്ദ്രീകരിച്ച് അതിന്റെ ചൂടുകൊണ്ട് രാസവസ്തുവിനെ ജ്വലിപ്പിക്കുന്ന വിദ്യയാണ് ഉപയോഗിച്ചത്. ജ്വലനംവഴി വല്ല വാതകവും ഉണ്ടാവുകയാണെങ്കിൽ അതിനെ ശേഖരിക്കാൻ സംവിധാനവും ഏർപ്പെടുത്തിയിട്ടുണ്ട്. മെർക്കുറിക് ഓക്സൈഡിനെ ചൂടാക്കിയാൽ വാതകമുണ്ടാകുമെന്ന കാര്യം തീർച്ചയാണ്. ബോയ്ലും ഷീലേയും മറ്റും അങ്ങനെയൊരു വാതകം ശേഖരിച്ചിട്ടുണ്ട്.

എന്നാൽ അവർ ആരും ചെയ്യാത്ത ഒരു കാര്യം ചെയ്യാൻ പ്രീസ്റ്റ്ലിക്ക് എന്തുകൊണ്ടോ തോന്നി. വാതകമുണ്ടായപ്പോൾ അതു ശേഖരിച്ച ജാറിൽ കത്തുന്ന മെഴുകുതിരി കടത്തി. വെറുതെ ഒരു കൗതുകത്തിനു ചെയ്തതാണ്. എന്നാൽ, മെഴുകുതിരി ഉജ്ജ്വലശോഭയോടെ തുടർന്നും കത്തുന്നതാണ് കണ്ടത്. ജ്വാലയുടെ തിളക്കം ശരിക്കും അവിശ്വസനീയം തന്നെയായിരുന്നു. നേരത്തെ വീണ്ടും വാറ്റിയപ്പോൾ ഉണ്ടായ 'വായു'വിൽ മെഴുകുതിരി അണഞ്ഞുപോവുകയാണുണ്ടായത്. നേർവിപരീതമായി ഇവിടെ ഉജ്ജ്വല ശോഭയും. കത്താൻ സഹായിക്കുന്ന വാതകം? ഒരു ഇരുമ്പു കമ്പിയെടുത്തു ചുട്ടുപഴുപ്പിച്ച് വാതകത്തിലിട്ടപ്പോൾ അതും പതിന്മടങ്ങ് ശോഭയോടെ ജ്വലിക്കുന്നു..!

മെഴുകുതിരിയുടെയും ഇരുമ്പുകമ്പിയുടെയും ജ്വലനം പ്രീസ്റ്റ്ലിയുടെ മനസിൽ പുതിയ സംശയങ്ങളുടെ വിത്തെറിഞ്ഞു. അന്തരീക്ഷവായുവിനെക്കുറിച്ച് അന്നത്തെ ധാരണ അത് ഒറ്റവസ്തുവാണ് എന്നതായിരുന്നു. ഒന്നിലധികം വസ്തുക്കളുടെ മിശ്രിതമാണ് എന്ന നേരിയ സംശയംപോലും ഇല്ലായിരുന്നു. ഫ്ളോജിസ്റ്റൺ സിദ്ധാന്തം കത്തിനിന്ന കാലം. ഒരു വസ്തു കത്തിത്തീരുന്നതോടെ അതിലെ ഫ്ളോജിസ്റ്റൺ അന്തരീക്ഷത്തിലേക്കു രക്ഷപ്പെടും. അതോടെ ആ ഭാഗത്തെ വായു ജ്വലന യോഗ്യമല്ലാതാവും. ശ്വസനം വഴിയും ഇതുതന്നെ സംഭവിക്കുന്നു. ഹരിതസസ്യങ്ങൾ വായുവിലെ ഫ്ളോജിസ്റ്റൺ നീക്കം ചെയ്തു അതിനെ ജ്വലനകാരിയാക്കിമാറ്റും. ഈ രീതിയിലൊരു വ്യാഖ്യാനം പ്രീസ്റ്റ്ലി കണ്ടെത്തി. അതായത് ഫ്ളോജിസ്റ്റൺ അശേഷമില്ലാത്ത ഒരു വാതകമാണ് മെർക്കുറിക്ക് ഓക്സൈഡ് കത്തിയപ്പോൾ ഉണ്ടായത്. അതായത് ഫ്ളോജിസ്റ്റൺ ഇല്ലാത്ത വായു. പ്രീസ്റ്റ്ലി അതിനെ 'dephlogisticated air' എന്നു വിളിച്ചു.

അന്തരീക്ഷവായു യഥാർഥത്തിൽ ഫ്ളോജിസ്റ്റൺ ഇല്ലാത്ത വായുവാണല്ലോ. അതേ സാധനം മെർക്കുറിക് ഓക്സൈഡിനകത്തും. അന്തരീക്ഷവായു എങ്ങനെയോ ആ രാസവസ്തുവിനകത്തു പ്രവേശി

ച്ചതാവും. അങ്ങനെയൊക്കെയാണ് പ്രീസ്റ്റ്ലീ ചിന്തിച്ചത്. അതായത് 'അന്തരീക്ഷത്തിലെ ജീവൻ നിലനിർത്താൻ സഹായിക്കുന്ന ആ അദൃശ്യഘടകവും ഞാൻ മെർക്കുറിക്ക് ഓക്സൈഡിൽനിന്നു ശേഖരിച്ച കത്താൻ സഹായിച്ച ആ വാതകവും ഒന്നുതന്നെ. അതിന്റെ സത്യം ഞാൻ കണ്ടുപിടിക്കുകതന്നെ ചെയ്യും.'

എലിക്കെണി വച്ച് രണ്ട് എലികളെ പിടിച്ചു. ഒരേപോലുള്ള രണ്ടു വാതകഭരണികളിലൊന്നിൽ വായുനിറച്ചു. മറ്റേതിൽ മെർക്കുറിക്ക് ഓക്സൈഡിൽനിന്നു ശേഖരിച്ച വാതകവും. ജീവനുള്ള രണ്ടെലികളെയും ഓരോ ജാറിലുമിട്ട് വായ്ഭാഗം ഭദ്രമായി അടച്ചുമൂടി. എല്ലാം വിചാരിച്ചപോലെ ഒരുക്കിയശേഷം ശാസ്ത്രജ്ഞൻ നിറഞ്ഞ സംതൃപ്തിയോടെ അധികമകലെയല്ലാതെ ഒരു ചാരുകസേരയിലിരുന്ന് ഫ്ളൂട്ടിൽ തനിക്കിഷ്ടപ്പെട്ട ഒരു മധുരഗാനം ആലപിച്ച് സ്വയം രസിക്കുന്നു. നേരമേറെക്കഴിയവെ, കണ്ണുകൾ പരീക്ഷണ ജാറുകളിലേക്കു തിരിയുന്നു. പെട്ടെന്ന് വേണുനാദം നിലയ്ക്കുന്നു. ശാസ്ത്രജ്ഞൻ ചാടിയെണീക്കുന്നു. എലികൾക്ക് എന്തുപറ്റി? വായുനിറച്ച പാത്രത്തിലെ എലിയുടെ ചലനങ്ങളിൽ വ്യക്തമായ മാറ്റങ്ങൾ ദൃശ്യമാകുന്നുണ്ട്. അതിന്റെ ചലനം അനുനിമിഷം മന്ദഗതിയിലാവുന്നു. അവസാനം അത് തീരെ നിശ്ചലമാകുന്നു. മറ്റേതോ? ഇല്ല. അതിന് ഒന്നും സംഭവിച്ചിട്ടില്ല. അതിന്റെ ചലനങ്ങൾ ഇപ്പോഴും സജീവം. സമയം കടന്നുപോകുന്നു. അസ്വസ്ഥതയുടെ ലക്ഷണങ്ങൾ അതിലും കാണാൻ തുടങ്ങുന്നു. ഏറെ താമസിയാതെ അതിന്റെ ശരീരവും നിശ്ചലമാവുന്നു. പുറത്തെടുത്തപ്പോൾ, അതു പെട്ടെന്ന് ജീവചലനങ്ങൾ വീണ്ടെടുത്തു. അതിന്റെ ബോധം നശിക്കുകയേ ചെയ്തിരുന്നുള്ളൂ. ആദ്യത്തേത് വായുവിൽ പതിനഞ്ചുമിനിറ്റു നേരം ജീവിച്ചപ്പോൾ അത്രയും അളവ് ഫ്ളോജിസ്റ്റൺരഹിതവായുവിൽ അത്രയും വലിപ്പമുള്ള രണ്ടാമതൊരെലി അതിന്റെ ഏതാണ്ട് ഇരട്ടിസമയം ചലനങ്ങൾ നിലനിർത്തുകയും പിന്നീട് ജീവിതത്തിലേക്ക് തിരിച്ചുവരികയും ചെയ്തു.

എന്നാൽ ആദ്യത്തേത് ചത്തതും രണ്ടാമത്തേത് ജീവിതത്തിലേക്കു തന്നെ തിരിച്ചുപോയതും എന്തുകൊണ്ട്? അന്തരീക്ഷവായു അത്ര ശുദ്ധമല്ലെന്നുവരുമോ? അതിൽ ഫ്ളോജിസ്റ്റൺ കലർപ്പുണ്ടെന്നുവരുമോ? ഒരുപക്ഷേ, അതികഠിനമായ ശൈത്യം? (രണ്ടെലികളെയും വെള്ളപ്പാത്രത്തിനുമുകളിൽ പലകവച്ചാണ് ജാറുകൾക്കകത്ത് നിർത്തിയിരുന്നത്) തണുപ്പേൽക്കാനുള്ള സാഹചര്യങ്ങൾ പരമാവധി ഒഴിവാക്കി പരീക്ഷണം ആവർത്തിച്ചപ്പോൾ ഫ്ളോജിസ്റ്റൺ മുക്തവായുവിലെ എലി കൂടുതലേറെ നേരം സാധാരണ രീതിയിൽ ജീവിക്കുമെന്നു കണ്ടു.

വാതകത്തിന്റെ ഗുണം സ്വയം അനുഭവിച്ചറിയാൻ സ്വയം തീരുമാനിച്ചു. അതിന്റെ ഭാഗമായി വാതകം മൂക്കിലേക്കു വലിച്ചുകയറ്റി. ഹാ! എന്തുസുഖം! എന്തുലാഘവം! ശ്വാസോച്ഛ്വാസം ഏറെ അനായാസമായിരിക്കുന്നു. "ഞാനുണ്ടാക്കിയ ഈ വായു കാലാന്തരത്തിൽ ഒരു സുഖഭോഗവസ്തുതന്നെ ആയിത്തീരില്ലെന്ന് ആരു കണ്ടു!" എന്ന് പ്രീസ്റ്റ്ലി

തന്റെ ഡയറിയിൽ കുറിച്ചു (കൃത്യമായും അതുതന്നെയല്ലേ ഇപ്പോൾ സംഭവിച്ചിരിക്കുന്നത്? ഒരു കവിൾ ശുദ്ധവായുവിനുവേണ്ടി നാം എത്ര പാടുപെടുന്നു. ഓക്സിജൻ പാർലറുകൾ നാട്ടിൽ നടപ്പാവുന്നു. ഓക്സിജൻ കുപ്പിയിലടച്ച് കൂടെ കൊണ്ടുനടക്കേണ്ടിവരുന്ന കാലവും വിദൂരമല്ല. ഇടയ്ക്ക് ശ്വാസം കിട്ടാതെ വിഷമിക്കുമ്പോൾ കുപ്പി മൂക്കിനുപിടിച്ച് ഒരുവലി!).

മറ്റൊരുപരീക്ഷണത്തിൽ പ്രീസ്റ്റ്ലി ഒരു പാത്രത്തിലെ വെള്ളത്തിൽ ജലപ്പായലുകളിട്ടു. മുകളിൽ വാതകനാളി കമിഴ്ത്തിയശേഷം ഉപകരണമാകെ വെയിലത്ത് വച്ചു. വാതകക്കുപ്പികളിൽ കുമിളകളായി 'വായു' നിറയുന്നത് അദ്ദേഹത്തിനു കാണാൻ കഴിഞ്ഞു. നിറഞ്ഞനാളിയിൽ ജ്വലിക്കുന്ന തീക്കൊള്ളി കാട്ടിയപ്പോൾ അത് കൂടുതൽ ശോഭയോടെ കത്തുകയും ചെയ്തു. അപ്പോൾ 'അതും' 'ഇതും' ഒന്നുതന്നെ. മെർക്കുറിക്ക് ഓക്സൈഡിൽ നിന്നു പുറത്തുവന്ന അതേവാതകം തന്നെയാണ് സസ്യങ്ങളും പുറത്തുവിടുന്നത്. ഇരുട്ടുമുറിയിലേക്കു മാറ്റിയപ്പോൾ വാതകം പുറത്തുവരുന്നത് നിന്നു പോയതും അദ്ദേഹം ശ്രദ്ധിക്കുകയുണ്ടായി.

"ജീവികളുടെ ശ്വസനംമൂലം അന്തരീക്ഷത്തിൽ ഫ്ളോജിസ്റ്റൺ കലരുന്നു. ഇപ്രകാരം മലിനമായിത്തീരുന്ന വായുവിൽനിന്ന് ഹരിതസസ്യങ്ങൾ ഫ്ളോജിസ്റ്റൺ നീക്കം ചെയ്യുന്നു" (*Experiments and observations on Different kinds of Air.* Joseph priestly- 1775). രസതന്ത്രപരീക്ഷണങ്ങളിൽ നിന്ന് ജീവശാസ്ത്രലോകത്തേക്ക്--ഒരു ശാസ്ത്രവും ഒറ്റപ്പെട്ടതല്ലെന്നും എല്ലാ അറിവുകളും പരസ്പരം ബന്ധിതമാണെന്നും ഉള്ള കണ്ടെത്തൽകൂടി ഇതിൽ അടങ്ങിയിട്ടില്ലേ?

പരീക്ഷണ നിരീക്ഷണങ്ങൾ കഴിഞ്ഞുള്ള സമയം അദ്ദേഹം രാഷ്ട്രീയ ചർച്ചകൾക്കും സംവാദങ്ങൾക്കുമായി നീക്കിവച്ചു. ബർമിങ്ഹാമിലായിരുന്ന കാലത്ത് അവിടെ 'ലൂനാർ സൊസൈറ്റിയിൽ' അംഗമായിരുന്നു. പൗർണമിദിവസം രാത്രികളിലാണ് ഇവരുടെ യോഗം നടന്നിരുന്നത് (ചർച്ചയൊക്കെക്കഴിഞ്ഞ് പാതിരാത്രിയായാലും വീട്ടിലേക്ക് നടന്നു പോകാൻ നല്ല നിലാവുണ്ടാകും!). ഡാർവിന്റെ മുത്തച്ഛൻ എറാഡ്മസ്ഡാർവിൻ, ആവിയന്ത്രം കണ്ടുപിടിച്ച ജെയിംസ് വാട്ട്, എഴുത്തുകാരനായ സാമുവൽ ഗാൽട്ടൻ തുടങ്ങിയവരെല്ലാം സാംസ്കാരിക ചർച്ചകളിലെ നിറഞ്ഞ സാന്നിധ്യങ്ങളായിരുന്നു. എന്നാൽ റോയൽ സൊസൈറ്റിയിലും മറ്റും എല്ലാവരും അന്തസോടെയല്ല പെരുമാറിയത്. കടുത്ത രാജഭക്തർ പ്രീസ്റ്റ്ലിയോട് അകലം പാലിച്ചു. രാജാവിനെതിരെ അമേരിക്കയിൽ നടന്നുകൊണ്ടിരുന്ന സമരങ്ങളെ തള്ളിപ്പറയാൻ എത്രകടുത്ത സമ്മർദമുണ്ടായിട്ടും ശാസ്ത്രജ്ഞൻ തയാറായതുമില്ല.

രാജസേവകർ വീട് തീയിട്ടപ്പോൾ അദ്ദേഹം ലണ്ടനിലാണ് അഭയം തേടിയത്. 1794 വരെ അവിടെക്കഴിഞ്ഞു. പിന്നീട് ഭാര്യയും മക്കളും താമ

സിക്കുന്ന ഫിലാഡൽഫിയ (അമേരിക്ക) യിലേക്കു പോയി. പൊരുതുന്ന ജനതയുടെ പടനായകനെന്നനിലയിൽ വൻ സ്വീകരണംതന്നെ അവിടെ ലഭിച്ചു. നാട്ടിൻപുറത്ത് ഒരു കൊച്ചുവീടും പരീക്ഷണശാലയും പണിത് താമസമായി. അറിവും സ്വാതന്ത്ര്യവും മാനുഷികതയും തേടുന്നവരുടെ തീർഥാടന കേന്ദ്രമായി പിന്നീടാസ്ഥലം. ഫ്രാങ്ക്ളിനും ജെഫെഴ്സണും ജോർജ് വാഷിങ്ടണുമെല്ലാം ശാസ്ത്രജ്ഞനോട് നിരന്തരം ബന്ധപ്പെട്ടുകൊണ്ടിരുന്നു. ഈ താമസത്തിനിടെ 'കാർബൺ മോണോക്സൈഡ്' നിർമിച്ച് ഒരിക്കൽക്കൂടി രസതന്ത്രലോകത്ത് ശ്രദ്ധേയനാവുകയും ചെയ്തു.

1804 ഫെബ്രുവരി. ഒരുദിവസം കാലത്തുണർന്ന് പ്രീസ്റ്റ്ലി തന്റെ സെക്രട്ടറിയെ വിളിച്ചു. അത്യാവശ്യമായി അച്ചടിക്കേണ്ട ചില പ്രബന്ധങ്ങൾ അയാളെ ഏൽപ്പിച്ചു. ചില നിർദേശങ്ങൾ കൊടുത്തു. അരമണിക്കൂർ കഴിഞ്ഞപ്പോൾ അദ്ദേഹം അന്ത്യശ്വാസം വലിക്കുകയും ചെയ്തു. അനായാസേന മരണം!

രസതന്ത്രജ്ഞൻ എന്നനിലയിൽ എന്താണു ജോസഫ് പ്രീസ്റ്റ്ലിയുടെ ഏറ്റവും വലിയ സംഭാവന? സംശയമില്ല ഓക്സിജനെ തിരിച്ചറിഞ്ഞതുതന്നെ. രസതന്ത്രത്തിന്റെ വളർച്ചയ്ക്ക് ഏറ്റവും വലിയ വിഘാതമായിരുന്നു ഫ്ളോജിസ്റ്റൺ എന്ന സങ്കൽപ്പനം. ഫ്ളോജിസ്റ്റൺ നീക്കം ചെയ്യപ്പെട്ട വായു കണ്ടെത്തുകവഴി ഓക്സിജന്റെ പ്രാധാന്യം അദ്ദേഹം ചരിത്രത്തിലാദ്യമായി തിരിച്ചറിഞ്ഞു. അതേസമയം ഫ്ളോജിസ്റ്റൺ സിദ്ധാന്തത്തെ വിട്ടുവീഴ്ചയില്ലാതെ ജീവിതാവസാനംവരെ പിന്തുണയ്ക്കുകയും ചെയ്തു! പിന്നീട് ലാവൊസ്യെ ഏൽപ്പിച്ച ആഘാതമാണ് ഈ സിദ്ധാന്തത്തെ പാടെ തകർത്തത്. അതിനു പ്രേരണയായിത്തീർന്നതോ അതിന്റെ ഉറച്ച വക്താവായ പ്രീസ്റ്റ്ലി ഓക്സിജനെക്കുറിച്ചു നടത്തിയ നിരീക്ഷണങ്ങളും!

6

കാൾ വിൽഹം ഷീലെ: ശാസ്ത്രലോകത്തിലൊരു സിൻഡ്രല

കാൾ വിൽഹം ഷീലെ

ജോസഫ് പ്രീസ്റ്റ്ലിക്കും മൂന്നു വർഷം മുമ്പ് ഓക്സിജൻ ഉണ്ടാക്കി ചരിത്രത്തിൽ സ്ഥാനം നേടിയ ഒരു ശാസ്ത്രജ്ഞനുണ്ട്. ആൾ ചില്ലറക്കാരനൊന്നുമല്ല! പതിനെട്ടാം നൂറ്റാണ്ടിലെ ഏറ്റവും വലിയ പരീക്ഷണ രസതന്ത്രജ്ഞനായി പിന്നീട് അറിയപ്പെട്ട കാൾ വിൽഹം ഷീലെ! 1771 ൽ ഇദ്ദേഹം ഓക്സിജനുണ്ടാക്കി. ഒരു കത്തിലൂടെ വിവരം അന്നത്തെ അറിയപ്പെടുന്ന രസതന്ത്രജ്ഞനായ ലവൊാസ്യെക്ക് എഴുതുകയും ചെയ്തു. 'മെഴുകുതിരിയെ ജ്വലിപ്പിക്കുകയും ഒരു ജന്തുവിനെ ജീവിപ്പിക്കുകയും ചെയ്ത വാതകം' എന്നാണ് അതിനെക്കുറിച്ച് എഴുതിയത്. സിൽവർ കാർബണേറ്റ്, മെർക്കുറിക്ക് കാർബണൈറ്റ്, മാംഗനീസ് ഡയോക്സൈഡ്, മെർക്കുറിക്ക് ഓക്സൈഡ് എന്നിവ ചൂടാക്കിയാൽ ഓക്സിജൻ കിട്ടും എന്നും എഴുതിയിരുന്നു. എന്നാൽ ലാവൊാസ്യെ അത്ര ശ്രദ്ധിക്കാതെ പോയതാവാം. അഥവാ വിവരം കിട്ടാൻ വൈകിയതാകാം. അന്ന് ഇന്നത്തെപ്പോലെ വാർത്താവിനിമയ സൗകര്യമൊന്നുമില്ലെന്നോർക്കണം. ഷീലെയാകട്ടെ ആൾ തീരെ ദരിദ്രനും.

കണ്ടെത്തിയ കാര്യങ്ങളൊക്കെ മൂപ്പർ അവിടവിടെ കുറിച്ചുവെക്കും. എല്ലാം ഒന്നിച്ചു പ്രസിദ്ധപ്പെടുത്താമെന്നുവെക്കും. അച്ചടിപ്പിക്കാൻ കാശി

ല്ലായിരുന്നു. അഥവാ ആ രീതിയിലൊരു ഉൽപ്പതിഷ്ണുത്വവും ഇല്ലായിരുന്നു. ഇത്തരം കണ്ടെത്തലുകളിലൂടെ അമരത്വം നേടുമെന്ന വിചാരമൊന്നും അന്നത്തെ സത്യാന്വേഷികൾക്കില്ലായിരുന്നു. തങ്ങൾ ശാസ്ത്രജ്ഞരാണെന്നുപോലും പലരും തിരിച്ചറിഞ്ഞില്ല. ഓക്സിജനെക്കുറിച്ചുള്ള വിവരങ്ങൾ ഒരു പ്രസാധകൻ അച്ചടിക്കാതെ വെച്ചുതാമസിപ്പിച്ചതായും പറയുന്നു. ഓക്സിജൻ ഉൽപ്പാദനത്തെക്കുറിച്ചുള്ള വിവരങ്ങൾ അടങ്ങിയ മൂപ്പരുടെ പുസ്തകം (*എട്രീറ്റൈഡ് ഓൺ എയർ ആന്റ് ഫയർ*) 1777 ലേ പുറത്തുവന്നുള്ളൂ. ഇതേ വിവരമടങ്ങിയ പ്രീസ്റ്റ്ലിയുടെ മൗലിക രചനയാകട്ടെ, 1775 ൽ പ്രകാശിതമായി. പീസ്റ്റ്ലിയുടെ കണ്ടെടുക്കൽ ഔദ്യോഗികാംഗീകാരം നേടുകയും ചെയ്തു.

ശാസ്ത്രചരിത്രത്തിൽ ഇത്തരം സംഭവങ്ങൾ അത്ര അസാധാരണമൊന്നുമല്ല. ഇത്തരം എത്രയെത്ര സംഭവങ്ങൾ. മൂപ്പരുടെ ജീവിതം തന്നെ നിർഭാഗ്യങ്ങളുടെ നീണ്ട ഘോഷയാത്രയാണ്. മാംഗനീസ് കണ്ടുപിടിച്ചത് ഷീലെ. ക്ലോറിൻ കണ്ടുപിടിച്ചത് ഷീലെ. നൈട്രജനും ടങ്സ്റ്റണും ബേരിയവും മോളിബ്ലിഡ്നും ഒന്നുകിൽ ആദ്യം കണ്ടെത്തി, അഥവാ അവ കണ്ടെത്താൻ ഏറെ സംഭാവനനൽകി. എന്നാൽ കീർത്തികിട്ടിയത് മറ്റുള്ളവർക്ക്. ഓക്സിജന്റെ കാര്യം കണ്ടല്ലോ. ക്ലോറിന്റെ കാര്യവും വ്യത്യസ്തമായിരുന്നില്ല. 1774 ൽ തന്നെ മൂപ്പർ അതിനെക്കുറിച്ച് വ്യക്തതയോടെ പറഞ്ഞു. എന്നാൽ 26 വർഷങ്ങൾക്കുശേഷം അംഗീകാരം കൊണ്ടുപോയത് സർ ഹംഫ്രിഡേവിയും!

ഇതൊക്കെയാണെങ്കിലും ലോകം കണ്ട ഈ ഏറ്റവും വലിയ രസതന്ത്രജ്ഞരിൽ ഒരാളായി ഷീലെ അംഗീകരിക്കപ്പെട്ടു കണ്ടുപിടിത്തങ്ങളാകട്ടെ, നിരവധിയാണ്. അനേകമനേകം സംയുക്തങ്ങൾ ആദ്യമായി വേർതിരിച്ചതിന്റെ അംഗീകാരം ഷീലേക്കു കിട്ടിയിട്ടുണ്ട്. ഹൈഡ്രജൻ സൾഫൈഡ്, ഹൈഡ്രജൻ ഫ്ളൂറൈഡ്, ഹൈഡ്രജൻ സയനൈഡ് എന്നീ വിഷവാതകങ്ങൾ അവയുടെ സംയുക്തങ്ങളിൽനിന്ന് ആദ്യമായി വേർതിരിച്ചു. അസ്ഥികളിൽ കാത്സ്യമുണ്ടെന്നു കണ്ടുപിടിച്ചു. ടാർടാറിക്ക്, സിട്രിക്ക്, ലാക്ടിക്ക്, ബെൻ സോയിക്ക് അമ്ലങ്ങൾ നിർമിച്ചു. ചുരുക്കിപ്പറഞ്ഞാൽ, കെമിസ്ട്രി ലാബിലെ കുപ്പികളിൽ കാണാവുന്ന രാസവസ്തുക്കളുടെ ഒരു നല്ല പങ്കും മഹാനായ ഈ രസതന്ത്രജ്ഞന്റെ ആദ്യസംഭാവനയാണ്!

സ്വീഡനിലെ പോമറാനിയ എന്ന സ്ഥലത്ത് 1742 ൽ ഷീലെ ജനിച്ചു. പരമദരിദ്രനായ ഒരു നാട്ടിൻപുറക്കാരനായിരുന്നു പിതാവ്. സ്കൂൾ പഠിപ്പ് വേഗം അവസാനിച്ചു. പഠിപ്പിനേക്കാൾ പ്രധാനം തൊഴിലായിരുന്നു. ഒരു അപ്പോത്തിക്കരിയുടെ സഹായിയായി. ഔഷധച്ചെടികളും ഖനിജങ്ങളും ശേഖരിക്കുക, മരുന്നരയ്ക്കുക, എന്നിങ്ങനെയുള്ള ജോലികളിൽ പ്രാവീണ്യം നേടി. ആകർഷകമായ പെരുമാറ്റംമൂലം രോഗികൾക്കും പ്രിയങ്കരനായിമാറി. വെറും പതിമ്മൂന്നുവയസുള്ളപ്പോൾത്തന്നെ സ്വന്തമായി മരുന്നുബിസിനസ് ആരംഭിച്ചു. രാസവസ്തുക്കളുമായി ഇതിനകം നല്ല

പരിചയം നേടിക്കഴിഞ്ഞിരുന്നു. ഈ ബന്ധം ക്രമത്തിൽ രസതന്ത്രത്തിൽ താൽപ്പര്യമുണ്ടാക്കി. ശാസ്ത്രീയമായരീതിയിലുള്ള അന്വേഷ ണങ്ങളിലൂടെ ആ മേഖലയിൽ സൽപ്പേരുനേടി. എന്നാൽ തന്റെ കുഗ്രാമത്തിൽ നിന്ന് അധികം പുറത്തേക്കൊന്നും പോകാൻ കഴിഞ്ഞില്ല. അതിലദ്ദേഹം താൽപ്പര്യമെടുത്തതുമില്ല. നേട്ടങ്ങൾ വേണ്ടസമയം വേണ്ടസ്ഥലങ്ങളിൽ എത്താതിരിക്കാൻ ഇതു കാരണമായി. എങ്കിലും അംഗീകാരം സിദ്ധിച്ച ഏതാനും ചില കണ്ടുപിടിത്തങ്ങളും അവയിലേക്ക് എത്തിച്ചേരാൻ ഉപയോഗിച്ച ശാസ്ത്രീയരീതികളും മാത്രം മതിയായിരുന്നു ഷീലെയെ അനശ്വര കീർത്തിമാനാക്കാൻ. കഥാവശേഷനായിക്കഴിഞ്ഞ് പിന്നെയും ഏറെച്ചെന്നാണ് അംഗീകാരം എളിയവനിൽ എളിയവനായ ഈ ശാസ്ത്രാന്വേഷിയെ തേടിയെത്തിയതെന്നു മാത്രം.

സ്വന്തം നാട്ടിൽ ജീവിതകാലത്ത് ഷീലെ എത്രമാത്രം അറിയപ്പെട്ടിരുന്നു എന്നു വ്യക്തമാകുന്ന ഒരു കഥ സാധാരണ പറഞ്ഞു കേൾക്കാറുണ്ട്. അത് ഇപ്രകാരമാണ്.

അന്ന് സ്വീഡന്റെ ഭരണാധിപതിയായ ഗുസ്താവ് മൂന്നാമൻ ഒരിക്കൽ പാരീസ് സന്ദർശനത്തിനായി നഗരത്തിൽ എത്തിയ സന്ദർഭം. ശാസ്ത്രജ്ഞരുടെ ഒരു സദസിൽ അദ്ദേഹം വിശിഷ്ടാതിഥിയായിരുന്നു. രാജാവിനെ അഭിനന്ദിച്ച ശാസ്ത്രപ്രതിഭകളിൽ അധികംപേരും 'മഹാനായ കാൾ വില്ല്യം ഷീലേ'യുടെ പേരിലാണ് പ്രശംസകൾ വാരിക്കോരിച്ചൊരിഞ്ഞത്. ആരാണീ ഷീലെ എന്നുമനസിലാക്കാനാവാതെ മഹാരാജൻ വിഷമിച്ചു. അങ്ങനെയൊരുപേര് കേട്ടതായി അദ്ദേഹം ഓർക്കുന്നേയില്ല. പ്രധാന സചിവനെ വിളിച്ച് ആരാണ് ഷീലെ എന്നു തിരക്കി. അയാൾക്കും തിട്ടമില്ലായിരുന്നു. ങ്ഹാ, ആരെങ്കിലുമാവട്ടെ. ആരായാലും അയാളെ ഉടൻ കണ്ടെത്തി അംഗീകരിക്കാൻ ഉടൻ ഏർപ്പാടുചെയ്യുക. നാം പാരീസുനഗരം വിടുംമുമ്പുതന്നെ എല്ലാം പൂർത്തിയായിരിക്കണം.

തിരുവായ്ക്ക് എതിർവായില്ലല്ലോ. പ്രധാന സചിവൻ സെക്രട്ടറിയെ വിളിച്ചു. അയാൾക്കും ഷീലെയെ അറിയില്ല. എങ്കിലും ചില അന്വേഷണങ്ങളൊക്കെ നടത്തി വേഗം തിരിച്ചുവന്നു. അയാളുടെ മുഖം പ്രസന്നമായിരുന്നു. ഓ, നമ്മുടെ ഷീലെ. ഇപ്പോൾ കരസേനയിൽ ലഫ്റ്റനന്റാണ്. മിടുമിടുക്കൻ. തീർച്ചയായും ഉദ്യോഗക്കയറ്റം അർഹിക്കുന്നു.

ലഫ്റ്റനന്റ് ഷീലെ പിറ്റേന്നുതന്നെ രാജ്യസഭയിൽ ഹാജരാക്കപ്പെട്ടു. കൗണ്ട്പദവി നൽകി ആദരിക്കപ്പെട്ടു. യഥാർഥ ഷീലെ ഇതൊന്നു മറിയാതെ കരിയുംപുകയും പിടിച്ചു തന്റെ പരീക്ഷണശാലയിൽ പണിയെടുത്തുകൊണ്ടിരുന്നു.

ഷീലെയെപ്പോലുള്ള ഒരാളുടെ കാര്യത്തിൽ ഇത്തരമൊരു സംഭവം അതിശയോക്തിയൊന്നുമാവാനിടയില്ല. മുത്തശ്ശിക്കഥയിലെ സിൻഡ്രലെയെക്കുറിച്ചു കേട്ടിട്ടില്ലേ? ആ പെൺകുട്ടിയെപ്പോലെ മറ്റുള്ളവരുടെ ആട്ടും തുപ്പും സഹിച്ച് ജീവിതം നയിച്ചിരുന്ന സാധു മനുഷ്യനായിരുന്നു അദ്ദേഹം. വ്യക്തിജീവിതമെന്നൊന്ന് ആ മനുഷ്യനു തീരെ ഇല്ലായിരു

ന്നു. വെപ്പുംകുടിയുമെല്ലാം പരീക്ഷണശാലയിൽത്തന്നെ. മരിക്കുന്നതിന് തലേന്നോ മറ്റൊ ആയിരുന്നു വിവാഹം. ലാബിനും മരുന്നുഷാപ്പിനും നിയമത്തിന്റെ അംഗീകാരമുള്ള ഒരുടമയെ ഉണ്ടാക്കിയെടുക്കാനായി മാത്രം നടന്ന വിവാഹം! മരിക്കുമ്പോൾ നാൽപ്പത്തിനാല് വയസേ ആയിരുന്നുള്ളൂ. രാസവസ്തുക്കളുമായുള്ള നിത്യസമ്പർക്കമാവണം അകാലത്തിൽ ആയുസൊടുക്കിയത്. പരീക്ഷിക്കുന്ന രാസവസ്തുക്കളെല്ലാം രുചിച്ചു നോക്കുക ഈ ശാസ്ത്രജ്ഞന്റെ ശീലമായിരുന്നത്രെ. ആ രീതിയിൽ പലവസ്തുക്കളും അകത്തു കടന്നിട്ടുണ്ടാവാം. മെർക്കുറി വിഷബാധമൂലമാണ് മരണം സംഭവിച്ചതെന്ന് ഏറെക്കുറെ സ്ഥിരീകരിക്കപ്പെട്ടിട്ടുണ്ട്.

ഷീലെയുടെ നിത്യസ്മാരകമായി ചില രാസയൗഗികങ്ങളെങ്കിലും അദ്ദേഹത്തിന്റെ പേരിൽ അറിയപ്പെടുന്നു. കോപ്പർ ആർസനൈറ്റ് 'ഷീലെയുടെ പച്ച'യാണ്. കാത്സ്യം ടങ്സ്റ്റേറ്റ്, 'ഷീലേറ്റ്' ആണ്. ഫോട്ടോഗ്രാഫിയുടെ വളർച്ചയ്ക്ക് അടിത്തറപാകിയത് സിൽവർയൗഗികങ്ങളിൽ പ്രകാശംപതിക്കുമ്പോൾ ഉണ്ടാകുന്ന പരിവർത്തനങ്ങളെക്കുറിച്ച് അദ്ദേഹം നടത്തിയ അന്വേഷണങ്ങളാണെന്നും ഇവിടെയോർക്കാം.

7

ഹെൻറി കാവൻഡിഷ്: സോഫോ സ്ക്വയറിലെ കിറുക്കൻ

ഹെൻറി കാവൻഡിഷ്

'ഈ സ്ത്രീകളെക്കൊണ്ടു ഞാൻ തോറ്റു. എന്തൊരു ജാതികളാണെന്നു നോക്കൂ. ഇഷ്ടംപോലെ വരാനും പോകാനും സ്വാതന്ത്ര്യമുള്ള എന്റെ സ്വന്തം വീട്. അതിപ്പോൾ ഈ ചെകുത്താന്റെ സന്തതികളുടെ വരുതിയിലാണ്. ഓരോ പ്രാരാബ്ധവുമായി ധൃതിപ്പെട്ട് ഞാൻ പുറത്തുനിന്നു നടന്നുവരുമ്പോൾ ഒരുത്തിയുണ്ടാവും മുറ്റത്ത്, ചൂലും മുറവുമായി മറ്റൊരുത്തി കോണിപ്പടിയിൽ, വേലക്കാരികളാണുപോലും. അവലക്ഷണങ്ങൾ. വീട്ടിനു പുറത്തിറങ്ങിയാൽ വഴിയിലുമുണ്ടാകും. അതുപേടിച്ച് ഈയിടെയായി നേരമിരുട്ടിയാലേ പുറത്തിറങ്ങാറുള്ളൂ..... ഇതൊന്നവസാനിപ്പിച്ചിട്ട് വേറെകാര്യം!'

ഇങ്ങനെയൊക്കെ ചിന്തിക്കുന്ന ഒരാൾ സ്ത്രീവിരോധിയായിരിക്കും, സംശയമില്ല. പക്ഷേ, അദ്ദേഹം ഇംഗ്ലണ്ടിലെ പ്രശസ്തനായ ഹെൻറി കാവൻഡിഷ് ആണ്. കിറുക്കനായ ശാസ്ത്രജ്ഞൻ എന്നാണ് ആളുകൾ പറയുക. അത്രയ്ക്കും വിചിത്രമായിരുന്നു, അദ്ദേഹത്തിന്റെ ഓരോ പ്രവൃത്തിയും. പക്ഷേ, വാതകജലം ഉൽപ്പാദിപ്പിക്കപ്പെടുമെന്ന് ആദ്യമായി

കണ്ടെത്തിയത് ഇദ്ദേഹമാണ്. ഗുരുത്വസ്ഥിരാങ്കത്തിന്റെ മൂല്യം ആദ്യമായിനിർണയിച്ചത് ഭൗതികശാസ്ത്രമേഖലയിൽ കൈവരിച്ച മികച്ച നേട്ടമാണ്.

സ്ത്രീകളെ കണ്ണെടുത്താൽ കണ്ടുകൂടാ എന്നുപറഞ്ഞല്ലോ. പക്ഷേ, വഴക്കിനൊന്നും പോകില്ല. നോക്കിയിട്ടു വേണ്ടേ മിണ്ടാൻ! പോണവഴിയെങ്ങാൻ വല്ലപെണ്ണും വന്നാൽ പിന്നെ ആ വഴിക്ക് മൂപ്പരില്ല. ഇങ്ങനെ സഞ്ചാരത്തിന് എത്രയോ പുതുവഴികൾ കണ്ടെത്തിയതിന്റെ കീർത്തിയും കാവൻഡിഷിനുണ്ട്.

നാട്ടിലെ ഏറ്റവും വലിയ പണക്കാരനാണ്. കൊട്ടാരംപോലുള്ള വീട്. ആണും പെണ്ണുമായി നൂറുകണക്കിനു വേലക്കാർ. ഒരുദിവസം കോണിപ്പടിയിൽ വേലക്കാരിനിൽക്കുന്നതു കണ്ടകാര്യം പറഞ്ഞില്ലെ. അപ്പോൾത്തന്നെ കാര്യസ്ഥൻ ജോർജിനെ വിളിച്ച് തന്റെ സഞ്ചാരത്തിനു മാത്രമായി പുറത്തൊരു കോണിപ്പടി പണിയാൻ ആജ്ഞകൊടുത്തു. സ്ത്രീകൾ ആ ഭാഗത്തു പ്രവേശിക്കുന്നത് കർശനമായി വിലക്കുകയും ചെയ്തു.

വീട്ടിൽ ഒന്നിലേറെ കോണിപ്പടികളുണ്ട്. ഈ പ്രത്യേകമായ ഒന്ന് നക്ഷത്രനിരീക്ഷണത്തിനായി പ്രത്യേകം സജ്ജമാക്കിയ മുകൾത്തട്ടിലേക്കുള്ളതാണ്. അവിടെ ടെലസ്കോപ്പൊക്കെയുണ്ട്. പുതിയ കോണി തയാറാക്കുന്നതുവരെ പിന്നീട് അങ്ങോട്ടു തിരിഞ്ഞു നോക്കിയില്ല!

അപ്പുറവും ഇപ്പുറവും നോക്കാതെ കൈകൾകൊണ്ട് വായുവിൽ ചിത്രം വരച്ച് പിറുപിറുത്തുകൊണ്ട് നടന്നുപോകുന്ന മെലിഞ്ഞു കിളരം കൂടിയ ആ മനുഷ്യനെ വഴിയിൽ കണ്ടാൽ പക്ഷേ, ആരും ആദരപൂർവം മാറിനിൽക്കും. അയാളുടെ ധനസ്ഥിതിയുടെ മഹിമകൊണ്ടൊന്നുമല്ല. ആ തലയ്ക്കകത്ത് ലോകം നന്നാക്കാനുള്ള എന്തൊക്കെയോ സൂത്രവിദ്യകളാണെന്ന് ആളുകൾക്കറിയാം. ഗ്രാമചത്വരമായ സോഫൊ സ്ക്വയറിൽ ഒറ്റയ്ക്കിരുന്ന് പിറുപിറുക്കുന്നതിനുപിന്നിലെ കിറുക്ക് നാട്ടുകാർ തിരിച്ചറിഞ്ഞിട്ടുണ്ട്.

കോടീശ്വരൻ. പ്രതാപി. പക്ഷേ, വേഷംകണ്ടാൽ കാൽക്കാശിനു കൊള്ളില്ലെന്നേ തോന്നൂ. പിച്ചക്കാർപോലും അത്തരം വേഷംധരിക്കാൻ മടിക്കും. കോട്ടും സൂട്ടും ട്രൗസറും ഒരരനൂറ്റാണ്ടു മുമ്പത്തെ ഫാഷനിൽ തുന്നിയതാണ്. പിഞ്ഞി നിറംമങ്ങി കണ്ട രാസവസ്തുക്കളുടെയെല്ലാം കറപുരണ്ട് അങ്ങനെയൊരു രൂപത്തിലല്ലാതെ നാട്ടുകാർ ഡിഷിനെ കണ്ടിട്ടില്ല. പണത്തെക്കുറിച്ചോ ജീവിതസുഖത്തെക്കുറിച്ചോ ആ മനുഷ്യൻ എന്നെങ്കിലും ചിന്തിച്ചിട്ടുണ്ടോയെന്ന് സംശയമാണ്. വിവാഹത്തിന്റെ കാര്യം പറയേണ്ടതില്ലല്ലോ. പൈതൃകമായി കിട്ടിയ പത്തുലക്ഷം പൗണ്ട് ബാങ്കിലുണ്ടത്രെ. ബാങ്കുകാരെങ്ങാൻ ബന്ധപ്പെട്ടാൽ കഥാപുരുഷൻ ക്ഷോഭിച്ച് തുള്ളും. ഇക്കാര്യംപറഞ്ഞ് ഇനി ഇങ്ങോട്ടു വന്നാൽ പണം മുഴുവൻ മറ്റൊരു ബാങ്കിലേക്കുമാറ്റുമെന്നു ഭീഷണി മുഴക്കും.

ഇതൊക്കെയാണെങ്കിലും തെരുവുതെണ്ടികൾക്കും അരപ്പട്ടിണിക്കാർക്കും കാണപ്പെട്ട ദൈവം തന്നെയാണ് ഹെൻറി കാവൻഡിഷ്. അത്തരക്കാരെ വീട്ടിൽ കൊണ്ടുപോയി സൽക്കരിക്കും. അതുകൊണ്ട് ആ വലിയവീട്ടിൽ പരദേശികളുടെയും പിച്ചക്കാരുടെയും തിരക്കൊഴിഞ്ഞു നേരമില്ലായിരുന്നു. എന്തെങ്കിലും പ്രാരാബ്ധവുമായി ആ മനുഷ്യനെ സമീപിച്ചു നോക്കൂ. വെറും കൈയോടെ മടങ്ങേണ്ടിവരില്ല തീർച്ച. പ്രതീക്ഷിച്ചതിലും എത്രയോ ഇരട്ടികിട്ടും. സ്വന്തം ലൈബ്രേറിയനായ ലോറൻസിനുണ്ടായ അനുഭവം തന്നെ നോക്കൂ. ലോറൻസ് അസുഖം ബാധിച്ചു കിടപ്പിലായി. ചില്ലറക്കാശിനായി അയാൾ ആളെവിട്ടു. കേൾക്കേണ്ടതാമസം, യജമാനൻ ചെക്കുബുക്കെടുത്തു. 'എത്രവേണ്ടിവരും? ഒരു പതിനായിരം പൗണ്ട് ഉണ്ടായാൽ കാര്യം നടക്കുമായിരിക്കും, ഇല്ലേ?' മറുപടിക്കു കാത്തുനിൽക്കാതെ ചെക്കെഴുതി ഒപ്പിട്ടു കൊടുക്കുകയും ചെയ്തു.

ഹൈഡ്രജൻ കണ്ടുപിടിച്ചത് ഈ മനുഷ്യനാണ്. ജലം ഹൈഡ്രജനും ഓക്സിജനും ചേർന്നതാണെന്നു തെളിയിച്ചതും കാവൻഡിഷു തന്നെ. അന്തരീക്ഷത്തിലെ അപൂർവ വാതകമായ ആർഗൻ കണ്ടുപിടിച്ചതും ഈ ശാസ്ത്രജ്ഞനാണ്.

1731 ഒക്ടോബർ പത്താം തീയതി ലേഡി അന്നെ കാവൻഡിഷ് പ്രഭ്വിയുടെ മകനായി ഹെൻറി കാവൻഡിഷ് ജനിച്ചു. ഫ്രാൻസിലെ നൈസ് എന്ന സ്ഥലത്ത് ഒരൊഴിവുകാലം ചെലവഴിക്കുന്നതിനിടയിലാണ് കുഞ്ഞിന്റെ ജനനം. ഏറ്റവും മികച്ച വിദ്യാഭ്യാസംതന്നെ ലഭിച്ചു. കേംബ്രിഡ്ജ് സർവകലാശാലയിൽ നാലുകൊല്ലം പഠിച്ചു. എന്നാൽ ബിരുദമെടുക്കാൻ കാത്തുനിൽക്കാതെ സ്ഥലംവിടുകയാണുണ്ടായത്. വാചാപരീക്ഷയായിരുന്നു പ്രശ്നം. പരീക്ഷകർ വിദ്യാർഥികളെ വിളിച്ച് ചോദ്യം ചോദിക്കും. അവരെ അഭിമുഖീകരിക്കാൻ കാവൻഡിഷിനു ധൈര്യമില്ലായിരുന്നു. പരീക്ഷയുടെ തലേന്ന് സ്ഥലംവിട്ടു. പിന്നീട് സ്വയം പഠിക്കുകയായിരുന്നു.

വിക്ക് ചെറുപ്പത്തിലേ ശല്യം ചെയ്തിരുന്നു. ആത്മവിശ്വാസം നഷ്ടപ്പെടാൻ അതാണ് കാരണം. പെണ്ണുങ്ങളുടെ മുമ്പിൽ നാണം കെടുമെന്ന ഭയം അവരിൽനിന്ന് മാറിനിൽക്കാൻ പ്രേരണയായി. സദസിനെ അഭിമുഖീകരിക്കേണ്ടിവന്നാൽ വിയർത്ത്കുളിക്കും. അതുകൊണ്ട് അത്തരം ഗുലുമാലുകൾക്കൊന്നും പോകാറില്ല. ആരെയെങ്കിലും പരിചയപ്പെടുത്താൻ ശ്രമിച്ചാൽ ആ ആളോട് ക്ഷോഭിക്കും. ആതിഥ്യമര്യാദയോ സുജനമര്യാദയോ ഒന്നും നോക്കില്ല. ഉദ്ദേശം അറുപതുകൊല്ലക്കാലം വീട്ടിലെ പരീക്ഷണശാലയിലും പുസ്തകാലയത്തിലുമായി ഒതുങ്ങിക്കൂടി.

ഒരുവസ്തു കത്തുമ്പോൾ അതിൽനിന്ന് വേർതിരിഞ്ഞ് വായുവിൽ കലരുന്ന വസ്തുവിനെയാണല്ലോ അന്ന് ശാസ്ത്രലോകം 'ഫ്ളോജിസ്റ്റൺ' എന്നു വിശേഷിപ്പിച്ചത്. അന്ന് ഏറ്റവും തിളക്കമുള്ള വിഷയമായിരുന്നു അത്. അതിന്റെ മായാവലയത്തിൽ കാവൻഡിഷും പെട്ടു. ഫ്രാൻസിൽ

ഫ്ളോജിസ്റ്റൺ സിദ്ധാന്തം കടപുഴകി വീഴാൻ തുടങ്ങുകയായിരുന്നു. പരാസെൽസസ് പണ്ടുനടത്തിയ ഒരു പരീക്ഷണത്തെക്കുറിച്ചു ചിന്തിച്ചത് കാവൻഡിഷിന്റെ ചിന്തകളെ ഉത്തേജിപ്പിച്ചു. പരീക്ഷണാർഥം അയാൾ കുറേ സൾഫ്യൂരിക്ക് അമ്ലമെടുത്തു. പിന്നീടതിൽ ഏതാനും ഇരുമ്പുകമ്പിത്തുണ്ടുകളിട്ടു. ഇരുമ്പ് അമ്ലത്തിൽ നുരഞ്ഞു. നിറമില്ലാത്ത ഒരുവാതകം പുറത്തുവന്നു. അതിൽ തീക്കൊള്ളി കാട്ടിയപ്പോൾ ജ്വാല അണഞ്ഞു. എന്നാൽ പരീക്ഷണനാളിയുടെ വായ്ഭാഗത്ത് വാതകം നീല ജ്വാലയോടെ സ്വയം കത്തിനിന്നു. ഈ പഴയ പരീക്ഷണം എല്ലാവരും എന്നേ മറന്നു. എന്നാൽ തന്റെ വായനയ്ക്കിടയിൽ കാവൻഡിഷ് അതു വീണ്ടെടുത്തു. പരീക്ഷണം അദ്ദേഹം ആവർത്തിച്ചു ചെയ്തു. സിങ്കും സൾഫ്യൂരിക്കാസിഡുമാണ് പരീക്ഷണവസ്തുക്കളായി കാവൻഡിഷ് ഉപയോഗിച്ചത്. വാതക ശേഖരണിയിൽ വാതകം നിറഞ്ഞു. ഹൈഡ്രജനായിരുന്നു അത്. പക്ഷേ, കാവൻഡിഷിന് ആ പേർ അറിഞ്ഞു കൂടായിരുന്നു. ലവോസ്യെ ആണ് ഹൈഡ്രജൻ എന്ന പേർ നൽകിയത്.

സിങ്കായാലും ഇരുമ്പായാലും ടിന്നായാലും ആസിഡുമായി പ്രതിപ്രവർത്തിക്കുമ്പോൾ ഒരേ വാതകം തന്നെ ഉണ്ടാകുന്നു. ലോഹങ്ങൾക്കകത്ത് ഒരു ദുർഭൂതത്തെപ്പോലെ ഇവൻ ബന്ധിതനായിരിക്കുന്നു. ആസിഡ് എന്ന മഹാമാന്ത്രികൻ ഇവനു മോചനം നൽകുന്നു.

സ്വയം കത്തുന്ന ഈ വാതകംതന്നെയാണ് ഫ്ളോജിസ്റ്റൺ. ഭൂതചിതാകൂടത്തിൽ ഒതുങ്ങിയിരിക്കുന്നു! കാവൻഡിഷിന്റെ പരീക്ഷണം ഒരു തരംഗമായി നാടുനീളെ പരന്നു. കടലും കടന്ന് വിദേശങ്ങളിൽപ്പോലുമെത്തി. സ്വയം കത്തുന്ന വാതകമുണ്ടാക്കി പരീക്ഷകൻ ഫാഷനായി മാറി. സിങ്കിനും സൾഫ്യൂറിക്ക് അമ്ലത്തിനുംവേണ്ടി എല്ലാത്തുറയിലുമുള്ളയാളുകൾ കടകൾക്കുമുമ്പിൽ ക്യൂ നിന്നു. കെമിസ്ട്രിയെ അത് എത്രയും ജനപ്രിയമാക്കി.

ഏറെ ശ്രമം നടത്തിയാണ് കാവൻഡിഷ് ഹൈഡ്രജനെ ജലത്തിന്റെ ആദേശംവഴി വാതക ജാറിൽ ശേഖരിച്ചത്. വായുവിനെക്കാൾ അതിനു ഭാരം തീരെ കുറവാണെന്നും പരീക്ഷിച്ചറിഞ്ഞു. എല്ലാ ഗവേഷണ വിവരങ്ങളും റോയൽ സൊസൈറ്റിയിൽ അവതരിപ്പിച്ചു. പിന്നെ പ്രസിദ്ധീകരണങ്ങൾക്കു നൽകി.

തീപിടിക്കുന്ന വാതകത്തിന്റെ പ്രശസ്തി അതിനകം ഫ്രാൻസിലുമെത്തിയിരുന്നു. റോസിയർ എന്നൊരു രസികശിരോമണി കുറേവാതകം മൂക്കിലൂടെ വലിച്ചുകയറ്റി; പിന്നെ നിശ്വാസവായുവിന് തീകൊളുത്തി. തീതുപ്പുന്ന ഭൂതത്തെപ്പോലെ അയാൾ തെരുവീഥിയിൽ നൃത്തം ചെയ്തു!

അത്ഭുതവാതകത്തെ വായുവുമായി കലർത്തിയൊരു പരീക്ഷണവും അയാൾ നടത്തുകയുണ്ടായി. മിശ്രിതത്തിനു തീകൊളുത്തിയപ്പോൾ സ്ഫോടനമുണ്ടായി. പാത്രത്തിൽ ജലത്തുള്ളികൾ അവശേഷിച്ചു. പാരീസിലെ ഡോ. ചാൾസ് ഈ പേരില്ലാവാതകം ബലൂണിൽ നിറച്ച് അതിൽ

ആകാശയാത്രചെയ്തു. ചരിത്രത്തിലെ ആദ്യത്തെ ബലൂൺ യാത്രയ്ക്ക് അങ്ങനെ നഗരം സാക്ഷിയായി.

തീപിടിക്കുന്ന വാതകം ഫ്ളോജിസ്റ്റൺ ആണെന്നു വിശ്വസിപ്പിക്കാൻ കാവൻഡിഷ് ഏറെ പാടുപെട്ടു. കൂടുതൽ പരീക്ഷണ നിരീക്ഷണങ്ങൾ ആവിഷ്കരിക്കുകയേ നിവൃത്തിയുള്ളൂ. സോഫൊസ്ക്വയറിയിലെ സ്വന്തം ലൈബ്രറിയിൽ കാവൻഡിഷ് തപസിരുന്നു. ആധികാരിക ഗ്രന്ഥങ്ങൾ ഒന്നൊന്നായി വായിച്ചുതീർത്തു. അക്കാലത്ത് ഇംഗ്ലണ്ടിൽ അത് ഏറെ പേരെടുത്തിരുന്നു. ഒരു ഡച്ചുകാരനാണ് നിർമിച്ചത്. ജാറിൽ തൊട്ടാൽ ഷോക്കടിക്കും. ജാറിനകത്തുവെള്ളമാണ്. അതിലൂടെ വൈദ്യുതികടന്നു പോകുന്നു. വെള്ളം തൊടുമ്പോൾ ചെറിയ തോതിൽ ഷോക്കുണ്ടാകുന്നു. അതിന്റെ സുഖമാണ് ഈ കൗതുക വസ്തുവിന്റെ ആകർഷണം. അതൊരു രസം നൽകുന്ന സുഖമായിരുന്നു. അതുകൊണ്ട് ലെയ്ഡൻ ജാർ പ്രചരിച്ചു. അതിലൊന്നു തൊടാൻ ആളുകൾ നാണയത്തുട്ടുകളുമായി ക്യൂ നിന്നു. ക്രമേണ അന്ധവിശ്വാസങ്ങൾ പ്രചരിച്ചു. അതിന്റെ തരിപ്പേറ്റാൽ മാറാരോഗങ്ങൾപോലും സുഖപ്പെടുമെന്നു വന്നു.

ബെഞ്ചമിൻ ഫ്രാങ്ക്ളിന്റെ പ്രസിദ്ധമായ പട്ടംപറപ്പിക്കൽ പരീക്ഷണവും അക്കാലത്താണ് (1752) നടന്നത്. ഇടിയും മിന്നലുമുള്ള ഒരുദിവസം അതിനുവേണ്ടി തെരഞ്ഞെടുത്തു. മിന്നൽ പ്രവാഹത്തിന്റെ ഇലക്ട്രിക്ഷോക്ക് പട്ടത്തിന്റെ സിൽക്കുചരടിലൂടെ അദ്ദേഹം സ്വദേഹത്തിൽ അനുഭവിച്ചറിഞ്ഞു. ഇലക്ട്രിസിറ്റിയുടെ ആദ്യനാളുകൾ. വൈദ്യുതി എന്ന പ്രതിഭാസം രസതന്ത്രപരീക്ഷണങ്ങൾപോലെതന്നെ ഫാഷനായി മാറുകയായിരുന്നു. ഗിയൊവനിബക്കറിയ എന്നയാൾ മറ്റൊരു പരീക്ഷണത്തിലൂടെ ശ്രദ്ധേയനായി. ശക്തിയുള്ള വൈദ്യുതിസ്ഫുലിംഗം ജലത്തിലൂടെ പായിച്ചപ്പോൾ അതിൽനിന്ന് ഏതോ വാതക കുമിളകൾ ഉയർന്നുപൊന്തിയത്രെ. അയാൾ പക്ഷേ, അതിന്റെ തുടർച്ചയായി ഒന്നും ചെയ്തില്ല.

ജോൺ വാൾട്ട് നടത്തിയ പരീക്ഷണത്തെക്കുറിച്ചും കാവൻഡിഷ് വായിച്ചറിഞ്ഞു. ചൂടിനു ഭാരമുണ്ടോ എന്നറിയാനായിരുന്നു മൂപ്പരുടെ ശ്രമം. ഒരു ചെമ്പു ഫ്ളാസ്കിൽ പേരില്ലാത്ത വാതകത്തിന്റെയും ഓക്സിജന്റെയും മിശ്രിതമെടുത്തു. വൈദ്യുതി കടത്തി അവയെ തമ്മിൽ ചേർക്കാൻ കഴിയുമോ എന്നുനോക്കി. വൻ സ്ഫോടനമുണ്ടായി. അൽപ്പം കഴിഞ്ഞ് ഉള്ളടക്കം തൂക്കി നോക്കി. ഭാരം കുറഞ്ഞിരിക്കുന്നു. അതുമാത്രമോ, ഫ്ളാസ്കിന്റെ ഭിത്തികളിൽ ജലകണങ്ങൾ പറ്റിപ്പിടിച്ചിരിക്കുന്നു. ഈർപ്പം പൂർണമായും മാറ്റി നന്നായി ഉണക്കിയെടുത്ത പാത്രമാണ് പരീക്ഷണത്തിനുപയോഗിച്ചത്. പിന്നെ വെള്ളം എങ്ങനെ വന്നു? ഈ ചോദ്യം പേർത്തും പേർത്തും ചോദിച്ചത് പരീക്ഷണത്തെക്കുറിച്ച് വായിച്ചറിഞ്ഞ കാവൻഡിഷ് ആണ്. വോൾട്ടയുടെ ശ്രദ്ധ പോയത്, അയാൾക്കു താൽപ്പര്യമുള്ള മറ്റുചില കാര്യങ്ങളിലേക്കായിരുന്നു.

വായുവിന്റെയും പേരറിയാത്ത വാതകത്തിന്റെയും (ഹൈഡ്രജൻ) മിശ്രിതം കത്തിച്ച് ജോസഫ് മാക്വർ എന്നയാൾ മറ്റൊരു പരീക്ഷണം

നടത്തി. വാതകങ്ങൾ ജ്വലിച്ചു തീർന്നപ്പോൾ ജലകണങ്ങൾ അവശേഷിച്ചു.

ഇതെല്ലാമറിഞ്ഞ് കാവൻഡിഷ് ഏറെ ഉത്തേജിതനായി. തലച്ചോറിലെ ഓരോ നാഡീകോശവും ത്രസിച്ചു. തുടർന്ന് ഏറെ പ്രസിദ്ധമായ തന്റെ സ്ഫടിക ഗോളപരീക്ഷണം നടത്തി. വായു പൂർണമായും നീക്കം ചെയ്ത സ്ഫടികഗോളം. 8800 ഗ്രെയ്ൻ (1 ഗ്രെയ്ൻ = 60 മില്ലി ഗ്രാം) ആണ് അതിന്റെ ഉൾവ്യാപ്തം. ഡലിവറിക്കുഴൽവഴി ഇതിനെ വാതകഭരണിയുമായി ബന്ധിച്ചിരിക്കുന്നു. ഭരണിക്കകത്ത് ഫ്ളോജിസ്റ്റൺ രഹിത വായുവിന്റെയും (ഓക്സിജൻ) പേരറിയാത്ത വാതകത്തിന്റെയും മിശ്രിതം 19500 ഗ്രെയ്ൻ, 37000 ഗ്രെയ്ൻ എന്ന തോതിൽ. ഗ്ലോബിന്റെ അടപ്പുതുറന്നതും ഈ മിശ്രിതം ഭരണിയിൽനിന്ന് ഗ്ലോബിലേക്ക് ഇരച്ചുകയറി. തുടർന്ന് വായു നിബദ്ധമായി അടച്ച് മിശ്രിതത്തെ കത്തിച്ചു. സ്ഫോടനമുണ്ടായി. തുടർന്ന് കുറേ വാതകം നഷ്ടപ്പെട്ടതായിക്കണ്ടു. അടപ്പു തുറന്ന് നഷ്ടപ്പെട്ടതിനു തുല്യമായ അളവിൽ വീണ്ടും വാതകമിശ്രിതം കടത്തിയടച്ചു. വീണ്ടും സ്ഫോടനം നടത്തി. വീണ്ടും വാതക നഷ്ടം നികത്തി. ഈ രീതിയിൽ വാതക ഭരണിയിലെ മിശ്രിതം തീരുംവരെ പ്രക്രിയ ആവർത്തിച്ചു.

ഓരോ സ്ഫോടനത്തെ തുടർന്നും ഗ്ലോബിൽ ജലകണങ്ങൾ രൂപം കൊള്ളുകയുണ്ടായി. ഓരോ സ്ഫോടനത്തിനുശേഷവും ഒരു വിശേഷം കാണാൻ കഴിഞ്ഞു. പേരറിയാത്ത വായുവിന്റെ രണ്ടു ഭാഗം മാത്രമേ ഇല്ലാതാവുന്നുള്ളൂ. സ്ഫോടനംമൂലം അവ 2:1 എന്ന അനുപാതത്തിൽ മാത്രം എപ്പോഴും സംയോജിക്കുന്നു എന്നർഥം. ഇങ്ങനെ രൂപംകൊണ്ട ജലത്തിന്റെ അളവ് കൃത്യമായി നിർണയിക്കാനും കഴിഞ്ഞു.

പരീക്ഷണവും നിഗമനങ്ങളും വിസ്തരിച്ചെഴുതി താമസിയാതെ റോയൽ സൊസൈറ്റിയിൽ എത്തിച്ചു. ജെയിംസ് വാട്ടിന്റെ ചെവിയിൽ ഈ വർത്തമാനമെത്തി. അദ്ദേഹം അസ്വസ്ഥനായി. ജലത്തെക്കുറിച്ചുള്ള ചില പരീക്ഷണങ്ങൾ താനും നടത്തുന്നുണ്ടല്ലോ. കാവൻഡിഷ് കണ്ടെത്തിയതെല്ലാം താനും നിരീക്ഷിച്ചിട്ടുണ്ടെന്ന് അദ്ദേഹം അവകാശപ്പെട്ടു. അപ്പോൾ അതാവരുന്നു, ഫ്രാൻസിൽ നിന്നൊരു വിശേഷവാർത്ത. കാവൻഡിഷ് ചെയ്ത അതേ പരീക്ഷണങ്ങൾ താൻ ഫ്രഞ്ച് അക്കാദമിയുടെ മുമ്പിൽ സമർപ്പിച്ചിരിക്കുകയാണെന്ന് ലവൊസെയ്യ അവകാശപ്പെട്ടിരിക്കുന്നു. ആരാദ്യം കണ്ടുപിടിച്ചു? ഇതു തർക്കമായി. സംഗതി സത്യമാണ്. എന്നാൽ ആദ്യം ഔദ്യോഗിക സമർപ്പണം നടത്തിയത് കാവൻഡിഷ് തന്നെയായിരുന്നു. ഏതായാലും വലിയ ഒരു കണ്ടുപിടിത്തം നടന്നിരിക്കുന്നു.

ജലത്തിന്റെ ഘടനയെക്കുറിച്ചാണത്. ഹൈഡ്രജനും ഓക്സിജനും 2:1 എന്ന അനുപാതത്തിൽ ചേർന്ന് ജലമുണ്ടാകുമെന്ന്. ഉപജ്ഞാതാവ് ലവൊസെയ്യ ആയെങ്കിലെന്ത്? അതായിരുന്നു കാവൻഡിഷിന്റെ നിലപാട്. പതിവുപോലെ അദ്ദേഹം കൂടുതൽ പരീക്ഷണങ്ങളിൽ മുഴുകി. അതി

നിടയിൽ ജെയിംസ് വാട്ട് മരിച്ചു. ജലത്തിന്റെ ഘടന അദ്ദേഹത്തിന്റെ സംഭാവനയാണെന്നമട്ടിൽ ആരാധകർ പ്രചരിപ്പിച്ചു. കുറേക്കാലം ഇംഗ്ലീഷ് ജനത അത് പൂർണമായി അംഗീകരിക്കുകയും ചെയ്തു. അതിനിടയിൽ ഒരു നിഷ്പക്ഷസംഘം പഴയ രേഖകളെല്ലാം വിശദമായി പരിശോധിക്കുകയും അർഹത കാവൻഡിഷിനു തന്നെയാണെന്ന് വിധിക്കുകയും ചെയ്തു.

കാവൻഡിഷ് ഇപ്പോൾ അന്വേഷിക്കുന്നത് വായുവിന്റെ ഘടനയാണ്. വായു മിശ്രിതമാണെന്ന് അതിനകം വ്യക്തമായിക്കഴിഞ്ഞിരുന്നു. അറുപതുദിവസം തുടർച്ചയായി വിവിധ സ്ഥലങ്ങളിൽ സഞ്ചരിച്ച് അദ്ദേഹം അന്തരീക്ഷ വായുവിന്റെ ആയിരക്കണക്കിന് സാമ്പിളുകൾ ശേഖരിച്ചു. ഏറെ ക്ഷമയും സൂക്ഷ്മതയും കൃത്യതയും ആവശ്യമായ ചില പരീക്ഷണങ്ങളാണ് തുടർന്ന് നടന്നത്. അളക്കുക, തൂക്കുക, തുടർച്ചയായിരാസപ്രവർത്തനങ്ങൾ നടത്തുക. എല്ലാം കഥാനായകൻ ഒറ്റയ്ക്കുചെയ്തു. അന്തരീക്ഷവായു എവിടെയായാലും അതിന്റെ ഘടന ഒന്നാണെന്ന് താമസിയാതെ സ്ഥാപിച്ചു. പരീക്ഷണങ്ങൾക്കിടയിൽ മറ്റൊരു കാര്യംകൂടി മനസിലായി. വായുവിലെ ഓക്സിജനും നൈട്രജനും വൈദ്യുതിയുടെ സാന്നിധ്യത്തിൽ സംയോജിച്ച് നൈട്രജൻ ഉണ്ടാകുന്നു. ഇത് മഴവെള്ളത്തിൽ കുതിർന്ന് അമ്ലമായി മാറുന്നു. നൈട്രസ് അമ്ലം!

പ്രകൃതിയിലെ ഏറെ വലിയൊരു രഹസ്യത്തിന്റെ മൂടിയല്ലേ ഇതുവഴി കാവൻഡിഷ് തുറന്നത്! ഇടിമിന്നൽ പ്രക്രിയവഴി അന്തരീക്ഷ നൈട്രജൻ എങ്ങനെ മണ്ണിന്റെ ഭാഗമാകുന്നു എന്നതിന്റെ രഹസ്യം. ഇവിടെ നിന്നാണ് നാം പിന്നീട് നൈട്രജൻ രാസവളങ്ങളുടെ നിർമിതിയിലേക്കെത്തിയത്. അന്തരീക്ഷത്തിലെ അപൂർവ വാതകമായ ആർഗണെക്കുറിച്ചും കാവൻഡിഷ് സൂചനനൽകി. ഈ വിവരമടങ്ങിയ കാവൻഡിഷിന്റെ നോട്ടുബുക്ക് പിന്നീട് ആർഗൺ കണ്ടെത്തിയ റാലിക്കും റാംസെക്കും പ്രചോദനമായിത്തീർന്നു. നോട്ടുബുക്കിൽ നിന്ന്:

> നൈട്രജൻ മുഴുവനായും നൈട്രസ് അമ്ലകമായി മാറുന്നുണ്ടോ എന്നു കണ്ടുപിടിക്കാൻ ഞാനൊരു കാര്യം ചെയ്തു. കഴിയുന്നത്ര നൈട്രജൻ സാന്ദ്രീകരിച്ചശേഷം ഓക്സിജൻ അതിലേക്ക് ആഗിരണം ചെയ്യിച്ചു. അപ്പോൾ ഒരുകുമിളമാത്രം അലിഞ്ഞുചേരാതെ ബാക്കിയായി. നൈട്രജന്റെ $\frac{1^{0}}{12}$ പോലും വരാത്ത അത്രയും ചെറിയൊരുഭാഗം. നൈട്രജനോടൊപ്പം, നൈട്രസ് അമ്ലമായി മാറ്റാൻ കഴിയാത്ത ഒരു ഘടകമുണ്ടെന്ന് ഇതു വ്യക്തമാക്കുന്നു. അത് ആകെ $\frac{1}{107}$ വ്യാപ്തത്തിന്റെ $\frac{1^{0}}{12}$ ഭാഗമാണ്.

പിന്നീട് റാലിയും റാംസെയും ഇത്   ആണെന്ന് കൃത്യമായി കണ്ടെടുത്തു. കാവൻഡിഷ് കാട്ടിയ വഴിയേ സഞ്ചരിച്ച് നിയോൺ, ക്രിപ്റ്റോൺ, സെനോൺ എന്നീ അലസ (അപൂർവ) വാതകങ്ങളും വേർതിരിച്ചു.

അങ്ങനെ പ്രീസ്റ്റ്ലി, ഷീലെ എന്നിവരോടൊപ്പം കാവൻഡിഷ് പരീക്ഷണങ്ങളിൽ അധിഷ്ഠിതമായ രസതന്ത്രത്തിന്റെ അടിത്തറയുറപ്പിച്ചു. ഈ അടിത്തറയ്ക്കുമുകളിൽ ലവൊസ്യെ ആധുനിക രസതന്ത്രമെന്ന മഹാസൗധം പണിതുയർത്തി.

ഷീലെയുടേതുപോലെതന്നെ ഏറ്റവും ശാന്തമായ ഒരു മരണം ഈ മഹാനുഭാവനെയും അനുഗ്രഹിച്ചു. 1810 ഫെബ്രുവരി പത്താം തീയതി എഴുപത്തി ഒൻപതാം വയസിൽ അതുസംഭവിച്ചു. റോയൽ സൊസൈറ്റിയിൽനിന്നു വീട്ടിലെത്തി. സുഖം തോന്നുന്നില്ലെന്നു പറഞ്ഞ് വിശ്വസ്തനായ സെക്രട്ടറി ഹെൻറിയെ വിളിച്ചു. മരിച്ചാൽ സഹോദരൻ ഫ്രഡറിക്കിനെ വിവരമറിയിക്കണമെന്നു പറഞ്ഞു. അൽപ്പം കഴിഞ്ഞ് കണ്ണടയ്ക്കുകയും ചെയ്തു.

8

ലവൊാസ്യെ:
ആധുനിക രസതന്ത്രത്തിന്റെ പിതാവ്

ലവൊാസ്യെ

ആയിരത്തി എഴുന്നൂറ്റി തൊണ്ണൂറ്റി രണ്ട് നവംബർ മാസത്തിലെ ഒരു ദിവസം. പാരീസിലെ വീട്ടിൽ മധ്യവയസുകഴിഞ്ഞ ഒരു മനുഷ്യൻ ഈസിചെയറിൽ ചാഞ്ഞിരുന്ന് തന്റെ സഹധർമിണിയെക്കൊണ്ട് എന്തോ എഴുതിക്കുകയാണ്. വളരെ പ്രധാനപ്പെട്ട ഒരു പരീക്ഷണം പൂർത്തിയാക്കിയതേയുള്ളൂ. ശ്വാസോച്ഛ്വാസവും വിയർക്കലും സംബന്ധിച്ചുള്ളതാണത്. പരീക്ഷണോപകരണമായി ഉപയോഗിച്ചത് സെഗ്വിൻ എന്ന പരിചാരകനെ. ഉച്ഛ്വാസവായുവും നിശ്വാസവായുവും വിയർപ്പുമെല്ലാം അയാൾ അളന്നും തൂക്കിയും തിട്ടപ്പെടുത്തുകയുണ്ടായി. ശ്രമകരമായിരുന്നു ഓരോ പടവും. വളരെയേറെ കഷ്ടപ്പെട്ടു. വിശ്രമമില്ലാതെ വളരെനാളുകൾ അധ്വാനിച്ചു. അക്കാലത്ത് ഫ്രാൻസിൽ ലഭ്യമായ ഏറ്റവും മികച്ച തുലാസ് തന്റെ കൈയിലാണെന്നത് പരീക്ഷണ വിജയത്തിന് ഏറെ സഹായകമായി. ഭാര്യയുടെ കൈപ്പടയിൽ റിപ്പോർട്ടിതാ ഏതാണ്ട് പൂർത്തിയാകാറായിരിക്കുന്നു.

ആരോ വാതിലിൽ മുട്ടുന്നു. തുറക്കാനായി അദ്ദേഹം പതുക്കെ എഴുന്നേറ്റു. വേണ്ടിവന്നില്ല. അതിനുമുമ്പുതന്നെ വാതിൽപ്പാളികൾ തകർന്നു

വീണു. ആയുധധാരികളായ ഒരുസംഘമാളുകൾ അകത്തേക്ക് ഇരച്ചുകയറി. വിപ്ലവകാരികളുടെ സ്വാതന്ത്ര്യത്തൊപ്പിവച്ച ഒരു നേതാവും ഏതാനും അനുയായികളുമടങ്ങിയതാണ് ആ സംഘം. അവരെ പിന്തുടർന്ന് ആവേശഭരിതമായ ഒരു ജനക്കൂട്ടം വീട് വളഞ്ഞു.

വിപ്ലവ വിജയം ലഹരിയായി പതഞ്ഞൊഴുകുകയായിരുന്നു. ആവേശഭരിതരായ ജനക്കൂട്ടം തെരുവുകളിൽ കൂത്താടി. വിപ്ലവത്തിന്റെ ശത്രുക്കൾ നിർദയം വധിക്കപ്പെട്ടു. ഗില്ലറ്റിൻ എന്ന ആ കൊലയാളിയന്ത്രം, സംശയമുള്ളവരെയൊന്നും അതു വെറുതെ വിട്ടില്ല.

നിർഭാഗ്യമെന്നുപറയട്ടെ, ലവൊാസ്യെയും വിപ്ലവകാരികളുടെ നോട്ടപ്പുള്ളിയായിരുന്നു. ആന്റൺ ലൊറാങ് ലവൊാസ്യെ, പ്രമുഖനായ രസതന്ത്രജ്ഞൻ. പക്ഷേ, ആളൊരു നാടുവാഴിയുടെ പുത്രനായിരുന്നു. വിപ്ലവത്തെ അനുകൂലിച്ചിരുന്നില്ല. ആൾ ശാസ്ത്രജ്ഞനാണെന്ന് ആലോചിക്കാനുള്ള വിവേകമൊന്നും ആൾക്കൂട്ടത്തിനില്ലായിരുന്നു.

ലവൊാസ്യെ പക്ഷേ, ഇതു പ്രതീക്ഷിക്കുന്നുണ്ട്. അതുകൊണ്ട് വിശേഷിച്ചൊരു ഭാവഭേദമൊന്നും അദ്ദേഹത്തിനുണ്ടായില്ല. ഭടന്മാർ നയിച്ച വഴിലൂടെ അദ്ദേഹം നടന്നു.

മൊസ്യെ മാററ്റ് ആണ് വിപ്ലവകാരികളുടെ നേതാവ്. അടുത്ത പരിചയക്കാരൻ, സഹൃദയൻ, പണ്ഡിതൻ, ശാസ്ത്രകുതുകി. എന്നാൽ ലവൊാസ്യെയെന്ന പേർ കേട്ടിട്ടുപോലുമില്ലാത്ത മട്ടിൽ കുറ്റപത്രം നിവർത്തി വായിച്ചു:

'ഈ നിൽക്കുന്നവൻ തട്ടിപ്പുകാരുടെ തലവൻ മൊസ്യെ (മിസ്റ്റർ) ലവൊാസ്യെ. വലിയൊരു നികുതി പിരിവുകാരൻ നാടുവാഴിയുടെ പുത്രൻ. സ്വയമൊരു നികുതി പിരിവുകാരൻ നാടുവാഴി. ആയുധങ്ങളും വെടിക്കോപ്പുകളും കുന്നുകൂട്ടി നമുക്കെതിരെ പ്രയോഗിക്കാൻ ഒളിപ്പിച്ചുവച്ചിരിക്കുന്നവൻ. ചക്രവർത്തിയുടെ കാര്യദർശി. അക്കാദമി അംഗം. മഹാജനങ്ങളേ, അറിയുവിൻ. രാജവാഴ്ചയുടെ തണലിൽ വർഷാവർഷം നാൽപ്പതിനായിരം ലിയർ വരുമാനമാർജിച്ച് നമ്മുടെ ചെലവിൽ തിന്നുസുഖിക്കുന്നു. പാവപ്പെട്ടവന്റെ പിച്ചച്ചട്ടിയിൽ നിന്ന് മുപ്പത്തിമൂന്നു ദശലക്ഷം ലിയർ അപഹരിച്ച് പാരീസിനു കുറുകെ മതിൽ കെട്ടി, ശുദ്ധവായു പ്രവാഹം തടഞ്ഞ് നമ്മുടെ പ്രിയ നഗരത്തെ ഒരു വൻ തടവറയാക്കിമാറ്റിയതാകുന്നു ഈ നരാധമൻ ചെയ്ത മഹത്തായ ജനസേവനം. ഇക്കഴിഞ്ഞ ജൂലായ് പന്ത്രണ്ട്, പതിമൂന്ന് തീയതികളിൽ ബാസ്റ്റൽ കോട്ടയിലേക്ക് ആയുധശേഖരം കടത്തുന്നതിന്റെ മുഖ്യ ഒത്താശക്കാരനായി നിന്നതും ഇവനാകുന്നു.'

ഹർഷാരവം മുഴങ്ങി, "കൊല്ലിവനെ. എത്രവലിയവനായാലും ജനശത്രുക്കൾക്ക് ഈ മണ്ണിൽ സ്ഥാനമില്ല" ആരോ ഉച്ചത്തിൽ പറഞ്ഞു. "ആയില്ല.... വിചാരണ തീരും വരെ തടവറയിലേക്ക്......"

1794 മെയ് മാസത്തിലെ വിചാരണദിവസം. 'റവല്യൂഷണറി ട്രൈബ്യൂണ'ലിന്റെ മുമ്പിലാണ് ഇപ്പോൾ ലവൊാസ്യെ നിൽക്കുന്നത്.

ഭാഗം വാദിക്കാൻ വക്കീലുണ്ടായിരുന്നില്ല. ന്യായീകരിക്കാൻ സാക്ഷികളുമില്ല. പുറത്ത് പ്രിയ പത്നിയോടൊപ്പം ചില ആത്മമിത്രങ്ങൾ കാത്തുനിൽപ്പുണ്ട്. ഒന്നും ചെയ്യാൻ കഴിവില്ലാത്ത നിസ്സഹായർ. എന്നാൽ ദയാഹർജികൾ വിപ്ലവക്കോടതിക്കുമുമ്പിൽ കുന്നുകൂടുകയുണ്ടായെന്നാണ് പിന്നീടറിയാൻ കഴിഞ്ഞത്. 'മാനവരാശിക്കു നൽകിയ മഹത്തായ സംഭാവനകളുടെ പേരിൽ' മാപ്പുനൽകാനുള്ള വിനീതമായ അഭ്യർഥനകൾ. പക്ഷേ, ഇതു വിപ്ലവക്കോടതിയാണ്. അവർക്ക് അങ്ങനെ വിവേചനമൊന്നും കാട്ടാനാവില്ല. വർഗശത്രു ആരായാലും വർഗശത്രു തന്നെ. പുതിയ റിപ്പബ്ലിക്ക് പിറന്നുകഴിഞ്ഞിരിക്കുന്നു. റിപ്പബ്ലിക്കിന് ശാസ്ത്രജ്ഞരെ ആവശ്യമില്ലെന്നായിരുന്നു മുഷ്കരന്മാരുടെ പ്രതികരണം.

അങ്ങനെ ആ മാസം ശിരച്ഛേദം ചെയ്യപ്പെട്ട ഇരുപത്തിയേഴുപേരിൽ ഒരാളായി ആ മഹദ് ജീവിതം അവസാനിച്ചു.

"ആ തല കൊയ്യാൻ ഒരു നിമിഷംപോലും വേണ്ടിവന്നില്ല. ഒരു ശതാബ്ദമെടുത്താലും അങ്ങനെയൊന്ന് വീണ്ടുമുണ്ടാവില്ല" എന്ന് ല ഗ്രഞ്ചു എന്ന അക്കാലത്തെ വിശ്രുത ഗണിതജ്ഞന്റെ പ്രതികരണം.

രസതന്ത്രവിപ്ലവത്തിന്റെ നായകൻ, രാസവസ്തുക്കളെ സൂചിപ്പിക്കാൻ പ്രത്യേക നാമപദ്ധതി ആവിഷ്കരിച്ച മഹാശയൻ, മറ്റൊരു ജനകീയ വിപ്ലവത്തിന്റെ അനുയായികളാൽ നിഷ്കരുണം കൊല്ലപ്പെടുന്നു. എന്തൊരു വിരോധാഭാസം!

ലവൊാസ്യെ ജനങ്ങളിൽനിന്നു നികുതിപിരിച്ചിരുന്നു എന്ന കാര്യം ശരി. ശാസ്ത്രീയ ഗവേഷണങ്ങൾക്കായി പണം കണ്ടെത്താൻ ഫ്രഞ്ചു സർക്കാർ ഏൽപ്പിച്ചചുമതലയായിരുന്നു അത്. വിജയാവേശത്തിനിടയിൽ വിപ്ലവക്കോടതി അതിനെ തെറ്റായി വ്യാഖ്യാനിക്കുകയായിരുന്നു. പിന്നെ, അദ്ദേഹത്തെ പിടികൂടാൻ വീട്ടിൽച്ചെന്ന ആ മൊസ്യെ മാററ് ഉണ്ടല്ലോ, അയാൾ മുമ്പ് ഫ്രഞ്ച് അക്കാദമി സ്ഥാനത്തിനു മത്സരിച്ചപ്പോൾ ലവൊാസ്യെ എതിർത്തിരുന്നത്രെ. മാററ് വിപ്ലവകാരികളുടെ നേതാവായി, ലവൊാസ്യെയുടെ ആയുസിനും അറുതിവീണു.

പതിനേഴാം നൂറ്റാണ്ടിന്റെ അവസാനം ഫ്രാൻസിൽ ജീവിച്ചിരുന്ന മർദിതരും നിരാലംബരുമായ ജനസഹസ്രങ്ങളുടെ അമർഷത്തിൽനിന്നാണ് ഫ്രഞ്ചുവിപ്ലവം സംഭവിച്ചത്. മഹാനായ കാർലൈൽ സൂചിപ്പിച്ചതുപോലെ, സുഭിക്ഷതയിൽനിന്നു തടിച്ചുകൊഴുത്ത ഒരു ന്യൂനപക്ഷത്തിനെതിരെ പട്ടിണിപ്പരിഷകളുടെ മഹാഭൂരിപക്ഷം നടത്തിയ പ്രക്ഷോഭമായിരുന്നു അത്. മർദകരുടെ നേർക്ക് മർദകർനടത്തിയ മുന്നേറ്റം. ലൂയി പതിനഞ്ചാമന്റെയും പതിനാറാമന്റെയും ദുർഭരണത്തിനെതിരെ അങ്ങേയറ്റം വിവേകശാലികളായ ഒരു ജനത നടത്തിയ ന്യായയുക്തവും അനിവാര്യവുമായ പ്രക്ഷോഭം. വിപ്ലവം വിജയിച്ചു. ഫ്രാൻസിൽ രാജവാഴ്ച തൽക്കാലം അവസാനിച്ചു. അതേസമയം ഒരുപിടിയാളുകളുടെ അവിവേകവും ആവേശത്തള്ളിച്ചയും തിരുത്താനാവാത്ത ചില തെറ്റുകൾ വരുത്തിവെക്കുകയും ചെയ്തു. വിപ്ലവത്തിന്റെ പേരിൽ ചെയ്ത ഏറ്റവും

വലിയ അബദ്ധങ്ങളിലൊന്ന് ലവൊസ്യയുടെ വധമായിരുന്നു എന്ന തിരിച്ചറിവുണ്ടായപ്പോഴേക്കും സമയം ഏറെ വൈകിയിരുന്നു.

"ഏറ്റവും നല്ല കാലമായിരുന്നു അത്, ഏറ്റവും ചീത്തക്കാലവും. അതു വിവേകത്തിന്റെ കാലമായിരുന്നു, തികഞ്ഞ അവിവേകത്തിന്റെയും" എന്നെഴുതിയത് മഹാനായ ചാൾസ് ഡിക്കൻസാണ്, *രണ്ടു നഗരങ്ങളുടെ കഥ* എന്ന വിശ്രുത നോവലിൽ. ഇത്തരം അതിക്രമങ്ങൾ മനസിൽ വച്ചാകാം വിപ്ലവത്തെക്കുറിച്ച് അദ്ദേഹം ഈ രീതിയിലൊരു നിരീക്ഷണം നടത്തിയത്.

മരിക്കുമ്പോൾ ലവൊസ്യെയുടെ പ്രായം കഷ്ടിച്ച് അൻപത്തിയൊന്നു വയസ്സ്. എന്നാൽ ലോകം ഉള്ളിടത്തോളംകാലം നിലനിൽക്കുന്ന കാര്യങ്ങൾ അദ്ദേഹം അതിനകം കണ്ടെത്തിക്കഴിഞ്ഞിരുന്നു. ആധുനിക രസതന്ത്രത്തിന്റെ പിതാവ് എന്നപദവിക്ക് എല്ലാ അർഥത്തിലും അർഹത നൽകുന്ന മഹാകാര്യങ്ങളാണവ. 1743 ൽ പാരീസിലെ ഒരു ധനിക കുടുംബത്തിലാണ് ജനനം. വക്കീലായിരുന്ന പിതാവ് മകനെയും ആ വഴിക്കു വിടാൻ തീരുമാനിച്ചു. അതിനുവേണ്ടി പ്രസിദ്ധമായ ഒരു ലോ കോളേജിൽത്തന്നെ ചേർത്തു. കുറേ പഠിക്കുകയും ചെയ്തു. പക്ഷേ, ചില രസതന്ത്ര അധ്യാപകർ കാട്ടിയ 'ജാലവിദ്യകൾ' വഴിതെറ്റിച്ചു. തീയും പുകയും വെടിക്കെട്ടുമൊക്കെയായി, അങ്ങനെയൊക്കെയാണല്ലോ രസതന്ത്രം യുവാക്കളെ ആകർഷിക്കുന്നത്. രാസവസ്തുക്കൾ സംഘടിപ്പിച്ച് ആ മാതിരി പരീക്ഷണങ്ങൾ സ്വയം ചെയ്യാൻ തുടങ്ങി. രസം കൂടി. നിയമപഠനം മുടങ്ങി. കോളേജിൽ അക്കാലത്ത് റൃലെ എന്നു പേരുള്ള ഒരു ഡമോൺസ്ട്രേറ്റർ ഉണ്ടായിരുന്നു. 'ലക്ചർ' കഴിഞ്ഞ് പ്രൊഫസർ സ്ഥലം വിടുമ്പോഴാണ് 'ഡെമൊ' യുടെ രംഗപ്രവേശം. പ്രൊഫസർ പഠിപ്പിച്ച കാര്യങ്ങൾ കുട്ടികളുടെ മനസിൽ പലതരം പരീക്ഷണങ്ങൾ വഴി ഉറപ്പിക്കുകയാണ് ഇയാളുടെ ജോലി. ഒന്നാന്തരം കലാപരിപാടിയാണ് റൃലെയുടേത്. പ്രൊഫസർ ക്ലാസിൽ പറഞ്ഞ കാര്യങ്ങൾ തെറ്റാണെന്നു തെളിയിച്ച് റൃലെമാസ്റ്റർ സ്വയം രസിക്കും. കുട്ടികളെ രസിപ്പിക്കും. ചോദ്യം ചെയ്യാനും അന്വേഷിക്കാനുമുള്ള വാഞ്ഛ ഇതുവഴി വളർന്നു. വെറും രസത്തിനപ്പുറം പരീക്ഷണങ്ങൾക്കു പിന്നിലെ ഗൗരവമുള്ള സിദ്ധാന്തങ്ങളിലേക്ക് ലവൊസ്യെയുടെ മനസുതിരിഞ്ഞു.

ശാസ്ത്രവിഷയങ്ങളിലെ താൽപ്പര്യം ഏതെങ്കിലും ഒരു വിഷയത്തിൽ മാത്രം ഒതുങ്ങിനിന്നില്ല. ഫിസിക്സ്, അസ്ട്രോണമി, ബയോളജി എന്നിങ്ങനെ ഏതാണ്ടെല്ലാ വിഷയങ്ങളിലേക്കും അതു വ്യാപരിച്ചു. ഒരു പഠനയാത്രയ്ക്കിടയിൽ സസ്യശാസ്ത്രജ്ഞനായ കാൾ ലിന്നയസിനെ കാണാനിടയായത് ജീവശാസ്ത്രത്തിലുള്ള താൽപ്പര്യം ഒന്നുകൂടി വർധിപ്പിച്ചു. കോളേജ്പഠനം കഴിഞ്ഞതും മുഴുവൻസമയ രസതന്ത്രഗവേഷകനായി. സമയം ലാഭിക്കാൻ ഭക്ഷണംപോലും കുറച്ചു. ആദ്യകാല കണ്ടുപിടിത്തങ്ങൾ സാമൂഹ്യ പ്രാധാന്യമുള്ള വിഷയങ്ങളിലായിരുന്നു. അംഗവൈ

കല്യമുള്ളവർക്കായി പ്രത്യേകതരം കസേര, കണ്ണുകളുടെ പ്രകാശസംവേദനക്ഷമതവർധിപ്പിക്കാനുള്ള ഉപാധികൾ അങ്ങനെ പലതും. ഇരുപത്തിമൂന്നാം വയസിൽ പരീസിലെ തെരുവുവിളക്കുകൾ പരിഷ്കരിച്ച് കുടുതൽ പ്രകാശമാനമാക്കാൻ നടത്തിയ ശ്രമങ്ങൾക്ക് അംഗീകാരമായി സ്വർണമെഡൽ നേടി. ഫ്രഞ്ച് അക്കാദമിയിൽ അംഗത്വം ലഭിച്ചു. ആളുകൾ തിങ്ങിപ്പാർക്കുന്ന സ്ഥലങ്ങളിൽ ഉണ്ടാവാനിടയുള്ള തീപിടുത്തം ചെറുക്കാൻവേണ്ടി സജ്ജമാക്കിയ അഗ്നിശമനി (ഫയർ ഹൈഡ്രന്റുകൾ) കളും വലിയ അംഗീകാരം നേടി.

ആയിടെയാണ് കരംപിരിക്കാനുള്ള അവകാശം രാജാവിൽനിന്നു കിട്ടുന്നത്. ഇത്തരത്തിൽ അവകാശമുള്ളവർ 'ഫേംസ് ജനറൽസ്' ആയി അറിയപ്പെട്ടു. ഇവരിൽ പലരും കണ്ണിൽച്ചോരയില്ലാത്തവരായിരുന്നു. കരം പിരിച്ച് തോന്നിയപോലെ ഉപയോഗിച്ചു. ജനങ്ങളെ പീഡിപ്പിച്ചു. ലവൊസ്യെ വ്യത്യസ്തനായിരുന്നെങ്കിലും അതു തിരിച്ചറിയപ്പെട്ടില്ല. ക്രൂര നാടുവാഴികളുടെ പ്രതിനിധിയായി അദ്ദേഹവും ചിത്രീകരിക്കപ്പെട്ടു. ആ ജീവിതത്തെ അകാലത്തിൽ കെടുത്തിയത് ഇത്തരം ചില തെറ്റിദ്ധാരണകളായിരുന്നു.

ഇനി നമുക്ക് ലവൊസ്യെയുടെ ശാസ്ത്ര സംഭാവനകളിലേക്കു തിരിയാം. പൂർവസൂരികളുടെ ചില ധാരണകളിൽനിന്ന് ഈ അന്വേഷണം ആരംഭിക്കുന്നു. എല്ലാം ജലത്തിൽനിന്ന് ഉണ്ടാവുന്നു എന്ന വിശ്വാസം അന്ന് അത്രയും ശക്തം. ഭൂമിയിൽ കല്ലും മണ്ണും പാറയും ഉണ്ടായതെങ്ങനെ? ഉത്തരം വളരെ ലളിതം. ജലത്തിന് ബാഷ്പീകരണം സംഭവിക്കുമ്പോൾ മണ്ണും പാറയുമുണ്ടാകുന്നു. ഥേൽസിന്റേതാണ് ഈ പ്രമാണം. ഗ്രീക്കുകാരുടെ ആചാര്യനാണ് ഈ മഹാമനീഷി. എന്നാലും ലവൊസ്യെ സംശയിച്ചു. ജലത്തെ കല്ലും പാറയുമാക്കിയെടുക്കാൻ കഴിയുമോ? കഴിയുമെങ്കിൽ എങ്ങനെ? ലാവൊസ്യെ വെള്ളം തിളപ്പിച്ചു. എല്ലാം വറ്റിത്തീർന്നപ്പോൾ അടിയിൽ ചെളി അവശേഷിച്ചതായി കണ്ടു. അത് വെള്ളത്തിനു സംഭവിച്ച മാറ്റംമൂലമുണ്ടായതെന്ന് വിശ്വസിക്കുന്നതെങ്ങനെ? എന്നാൽ ശാസ്ത്രജ്ഞരെന്നുപറയുന്നവർപോലും കരുതിയത് അങ്ങനെയാണ്. ജലം ബാഷ്പമായി മാറുമ്പോൾ കല്ലും പാറയും ഉണ്ടാകാമെന്ന്!

അക്കാലത്ത് ഫ്രാൻസിൽ ലഭ്യമായ ഏറ്റവും നല്ല തുലാസ് സംഘടിപ്പിച്ചു. അതുപയോഗിച്ച് ജലത്തിന്റെയും മറ്റും ഭാരം നിർണയിച്ച് ബാഷ്പീകരിച്ചു. അടിയിൽ ശേഷിച്ചുകണ്ട മാലിന്യത്തിന്റെ തൂക്കം പോലും സൂക്ഷ്മമായി നിർണയിച്ചു. ചെളിയും അഴുക്കുമൊന്നും വെള്ളം പരിണമിച്ച് ഉണ്ടാവുന്നതല്ല. എത്ര ശുദ്ധമായി തോന്നുന്ന വെള്ളത്തിലും മാലിന്യമുണ്ടാകുമെന്ന് അദ്ദേഹം വ്യക്തമാക്കി. ഇന്നാലോചിക്കുമ്പോൾ ഇതൊക്കെ തമാശയായി തോന്നാം. കുട്ടിക്കളിയായി അനുഭവപ്പെടാം. എന്നാൽ അന്ധവിശ്വാസങ്ങൾ അന്ന് അത്രയും രൂഢമൂലമായിരുന്നു. തൂക്കം കാണാനും കണക്കുകൂട്ടാനുമുള്ള അനിതര സാധാരണമായ

തന്റെ കഴിവുകൾ ഉപയോഗിച്ച് ലവൊസ്യെ ഇത്തരം ധാരണകളെ പരസ്യമായി വെല്ലുവിളിച്ചു.

ഇത്രചെയ്തിട്ടും വിശ്വസിക്കാൻ കൂട്ടാക്കാത്തവർക്കുവേണ്ടിയായിരുന്നു അടുത്ത പരീക്ഷണം. 'പെലിക്കൺ' എന്നു പേരുള്ള പ്രത്യേകതരം ഫ്ളാസ്കുണ്ടാക്കി ഇതിനുവേണ്ടി ഉപയോഗിച്ചു. തിളച്ച് ആവിയായി മാറുന്ന ജലം തീരെ നഷ്ടപ്പെട്ടുപോകാതെ കൃത്യമായും അതേ അളവിൽ തിരിച്ചുകിട്ടും ഈ ഫ്ളാസ്ക് ഉപയോഗിച്ചാൽ. ഇതിൽ നിശ്ചിത അളവ് ശുദ്ധമായ മഴവെള്ളം എടുക്കുന്നു. നൂറുദിവസം തുടർച്ചയായി ഇതിനെ ബാഷ്പീകരിച്ചുകൊണ്ടിരിക്കുന്നു. പരീക്ഷണം എത്രയോ തവണ ആവർത്തിക്കുന്നു. എത്രതവണ ആവർത്തിച്ചാലും പാത്രത്തിൽ നേരിയ തോതിൽ ചെളി അവശേഷിക്കുന്നു. എങ്ങനെ വന്നു ഇത്? അത്രയും ശുദ്ധമല്ലേ മഴവെള്ളം. പിന്നെ? അപ്പോൾ അഴുക്ക് പാത്രത്തിൽ നേരത്തെ ഉണ്ടായിരുന്നു. ലവൊസ്യെ ഏറെബുദ്ധിമുട്ടി അഴുക്കിന്റെ ഭാരം കണ്ടു. ബാഷ്പീകരിച്ച ജലത്തിന്റെ ഭാരവും നിർണയിച്ചു. ആദ്യമെടുത്ത ജലത്തിന്റെ അളവിനു തുല്യമായിരുന്നു അത്. അപ്പോൾ അഴുക്ക് ജലത്തിനു വെളിയിൽനിന്നു വന്നതു തന്നെ. ഒരു ബാലൻസും അസാധാരണമായ ക്ഷമയും ഉപയോഗിച്ച് ഒരു ശാസ്ത്രജ്ഞൻ ഏറെ വേരുറച്ച ഒരു വിശ്വാസത്തെ കടപുഴക്കിയെറിഞ്ഞതിന്റെ കഥയാണിത്.

ഈ വിഗ്രഹഭഞ്ജകന്റെ അടുത്തലക്ഷ്യം ഫ്ളോജിസ്റ്റൺ സിദ്ധാന്തമായിരുന്നു. എന്തുകൊണ്ടോ തുടക്കം തൊട്ടേ ലവൊസ്യെക്ക് അങ്ങനെയൊന്നിൽ വിശ്വാസം തീരെ ഇല്ലായിരുന്നു. പക്ഷേ, തെളിവില്ലാതെ എതിർത്ത് പറയുന്നതെങ്ങനെ? പണ്ട് റോബർട്ട് ബോയ്ൽ ജ്വലനത്തെക്കുറിച്ച് നടത്തിയ പരീക്ഷണം സ്വയം ചെയ്തുനോക്കാൻ തീരുമാനിച്ചു. നിശ്ചിത അളവ് സൾഫറും ഫോസ്ഫറസും തൂക്കിയെടുത്തു. രണ്ടും വായുവിൽ കത്തിച്ചശേഷം വീണ്ടും തൂക്കം നിർണയിച്ചു. ഭാരം കൂടിയിരിക്കുന്നു. ഫ്ളോജിസ്റ്റൺ സിദ്ധാന്തമനുസരിച്ച് ഒരു വസ്തു കത്തുമ്പോൾ അതിൽനിന്ന് ഭാരം കുറയണം. എന്നാൽ ഇവിടെയിതാ ഭാരം കൂടിയിരിക്കുന്നു. ജ്വലന പ്രക്രിയയും ഫ്ളോജിസ്റ്റണും തമ്മിൽ യാതൊരു ബന്ധവുമില്ല. അങ്ങനെയൊരു ധാരണതന്നെ പരമാബദ്ധമാണ്. അങ്ങനെയൊരു വസ്തു നിലനിൽക്കുന്നില്ല. ഫോസ്ഫറസും സൾഫറും കത്തിയപ്പോൾ അവ അന്തരീക്ഷത്തിലെ ഓക്സിജനുമായി സംയോജിക്കുകയായിരുന്നു. അങ്ങനെ ഫോസ്ഫറസിന്റെയും സൾഫറിന്റെയും ഓക്സൈഡുകൾ ഉണ്ടായി. ഈ പരീക്ഷണം അംഗീകരിക്കപ്പെട്ടതോടെ ഫ്ളോജിസ്റ്റൺ സിദ്ധാന്തം കടപുഴകി വീണു.

സൾഫറും ഫോസ്ഫറസും കത്തിയപ്പോൾ അവ വായുവിലെ ഏതോ ഘടകത്തോട് യോജിക്കുകയായിരുന്നു. ജോസഫ് പ്രീസ്റ്റ്ലി കണ്ടെത്തിയ ജ്വലനസഹായിയായ അതേ ഘടകം (dephlogisticated air). പിന്നീട് ലവൊസ്യെ അതിന് ഓക്സിജൻ എന്നു നാമകരണം ചെയ്തു.

രസതന്ത്രത്തിൽ ഉണ്ടായ ഏറ്റവും വലിയ ഒരു കണ്ടുപിടിത്തമാണ് അതെന്നു തോന്നുകയാൽ ഗവേഷണഫലങ്ങൾ ഹ്രസ്വമായി രേഖപ്പെടുത്തി മുദ്രവച്ച് അക്കാദമി സെക്രട്ടറിക്കു കൈമാറി. പരീക്ഷണവിവരങ്ങൾ പൂർണമായ തോതിൽ വെളിപ്പെടുത്താൻ പാകമാകുംവരെ ഈ വിവരം പരമരഹസ്യമായി കവറിനകത്തുതന്നെ കിടക്കട്ടെ!

മെർക്കുറിക്ക് ഓക്സൈഡ് അന്ന് കാൽസസ് എന്ന പേരിലാണ് അറിയപ്പെട്ടുപോന്നത്. പ്രീസ്റ്റ്‌ലി ഓക്സിജൻ ഉണ്ടാക്കിയത് മെർക്കുറിക് ഓക്സൈഡ് ചൂടാക്കിയായിരുന്നല്ലോ. പന്ത്രണ്ടുദിവസം നീണ്ടുനിന്ന ദീർഘമായ ഒരു പരീക്ഷണം മെർക്കുറി ഉപയോഗിച്ച് ലവൊസ്യെ ആരംഭിച്ചു. മുപ്പത്തിയാറ് ക്യൂബിക് ഇഞ്ച് വ്യാപ്തമുള്ള ഒരു ഗ്ലാസ് റിട്ടോർട്ട് ഇതിനുവേണ്ടി ഉപയോഗിച്ചു. അതിന്റെ കഴുത്ത് രസം നിറച്ച 'ട്രഫ്' എന്ന പരന്ന പാത്രത്തിൽ കമഴ്ത്തിവെച്ചു. ബൽജാറിനകത്തുകടത്തി വയ്ക്കാൻപാകത്തിൽ വളച്ചെടുത്തിരിക്കുന്നു. റിട്ടോർട്ടിൽ നാലൗൺസ് രസമെടുത്തു. പിന്നെ അത് വിശ്വവിഖ്യാതമായ തന്റെ ഉല (ചൂള) യിൽ വച്ച് ചൂടാക്കാൻ തുടങ്ങി. പന്ത്രണ്ടുദിവസം തുടർച്ചയായി ചൂള ജ്വലിച്ചുകൊണ്ടിരുന്നു.

ഒന്നാം ദിവസം: പ്രത്യേകമായി ഒന്നും സംഭവിച്ചില്ല. രണ്ടാം ദിവസം: രസത്തിന്റെ ഉപരിതലത്തിൽ ഒരു ചുവപ്പുരാശി കാണാൻ തുടങ്ങുന്നു. മൂന്നാം ദിവസം: അതു വർധിച്ചു. നാലാം ദിവസം അതേപോലെ തുടർന്നു. തുടർന്നുള്ള ദിവസങ്ങളിലും അതങ്ങനെതന്നെ പോയി. പന്ത്രണ്ടാം ദിവസം ലവൊസ്യെ ചൂളയിലെ തീ കെടുത്തി. റിട്ടോർട്ടിൽ ഇപ്പോൾ അവശേഷിക്കുന്നത് ഒരു ചുവന്ന പൊടിയും അൽപ്പം വായുവും ആണ്. പരീക്ഷണം ആരംഭിക്കുമ്പോൾ ഉണ്ടായിരുന്നതിനേക്കാൾ കുറവാണ് വായുവിന്റെ വ്യാപ്തമെന്നു കാണാൻ കഴിഞ്ഞു. ഏതാണ്ട് കൃത്യമായി അഞ്ചിലൊരു ഭാഗത്തിന്റെ കുറവുണ്ടായിരുന്നു! തീക്കൊള്ളി കാട്ടിയപ്പോൾ അണഞ്ഞു. ചുണ്ടെലിയെ ഇട്ടപ്പോൾ അതിനു ശ്വാസംമുട്ടി. ചുവന്ന പൊടി ചുരണ്ടി നാൽപ്പത്തിയാറു ഗ്രെയ്ൻ കൃത്യമായി തൂക്കിയെടുത്തു. ഇതു ചൂടാക്കിയപ്പോൾ മെർക്കുറി ഉണ്ടായി, ഒരു വാതകവും. മെർക്കുറിയുടെ തൂക്കം നാൽപ്പത്തിയൊന്നര ഗ്രെയ്ൻ. പാത്രത്തിൽ തീക്കൊള്ളികാട്ടിയപ്പോൾ കൂടുതൽ ശോഭയോടെ ജ്വലിച്ചു. എലി കൂടുതൽ ഉന്മേഷത്തോടെ ഓടിക്കളിച്ചു.

സംഗതി വ്യക്തം. ആദ്യത്തെ പരീക്ഷണത്തിൽ മെർക്കുറി വായുവിലെ ഓക്സിജനുമായി പ്രതിപ്രവർത്തിച്ച് മെർക്കുറിക്ക് ഓക്സൈഡ് ഉണ്ടായി. ഈ ചുവന്ന പൊടി, അതായത് മെർക്കുറിക്ക് ഓക്സൈഡ് വീണ്ടും ചൂടാക്കിയപ്പോൾ മെർക്കുറിയും ഓക്സിജനും ഉണ്ടായി. ഫ്ളോജിസ്റ്റൺ സിദ്ധാന്തത്തിന്റെ മണ്ടയ്ക്കേറ്റ അവസാനത്തെ അടി. അതിന്റെ തെളിവുകൾ ശാസ്ത്രീയമായി ക്രോഡീകരിച്ച് അക്കാദമിയെ ഏൽപ്പിച്ചു. തന്റെയീ കണ്ടെത്തലുകൾക്കു പ്രചോദനം പ്രീസ്റ്റ്‌ലിയുടെ സദൃശ പരീക്ഷണമാണെന്ന് എന്തുകൊണ്ടോ സൂചിപ്പിച്ചില്ല. അത്

ബോധപൂർവമാകാനേ വഴിയുള്ളൂ. ശാസ്ത്രജ്ഞന്മാരെല്ലാവരും ഹരിച്ച ന്ദ്രന്മാരൊന്നുമല്ലല്ലോ. പ്രീസ്റ്റ്ലിക്ക് നല്ല മനോവിഷമം തോന്നിയത്രെ. നല്ല രീതിയിലായിരുന്നു അവർ തമ്മിലുള്ള ബന്ധം. ഏതായാലും പിന്നീട് ലവൊസ്യെ ഇതിൽ പരിതപിക്കുകയുണ്ടായെന്നു വ്യക്തം. നൈട്രിക്ക് ആസിഡിന്റെ ഘടന വ്യക്തമാക്കുന്ന പരീക്ഷണം പിന്നീട് അവതരിപ്പിക്കുകയുണ്ടായി. ഇക്കാര്യത്തിൽ പ്രീസ്റ്റ്ലിയോടുള്ള കടപ്പാട് രേഖപ്പെടുത്താൻ മറന്നില്ല.

നൈട്രിക്ക്, സൾഫ്യൂറിക്ക്, ഫോസ്ഫോറിക്ക് അമ്ലങ്ങളിൽ 'ശ്വസനയോഗ്യമായ വായു' ഉണ്ടെന്ന തിരിച്ചറിവിൽ നിന്നാണ് അതിന് 'ഓക്സിജൻ' എന്ന പുതിയ പേര് കണ്ടെത്തുന്നത്. 'അമ്ലജനകം' എന്നർഥം വരുന്ന ഗ്രീക്കുപദത്തിൽ നിന്നാണ് ഈ വാക്കിന്റെ നിഷ്പത്തി.

ഫ്ളോജിസ്റ്റൺ ഇല്ലാത്ത വായു ആദ്യം കണ്ടെത്തിയതും പരീക്ഷിച്ചതും പ്രീസ്റ്റ്ലിയാണെങ്കിലും എന്തുകൊണ്ട് ലവൊസ്യെ കൂടുതൽ വലിയശാസ്ത്രജ്ഞനായി അറിയപ്പെടുന്നു? ഓക്സിജൻ ഉപയോഗിച്ച് പ്രീസ്റ്റ്ലി ആദ്യം പരീക്ഷണം നടത്തി എന്നതൊക്കെശരി. എന്നാൽ അങ്ങേരുടെ വീക്ഷണം യാഥാസ്ഥിതികമായ ഫ്ളോജിസ്റ്റൺ സിദ്ധാന്തത്തിൽ അധിഷ്ഠിതമായിരുന്നു. ഓക്സിജനെയും അതേവീക്ഷണത്തിൽ തളച്ചിടാനല്ലാതെ വഴിമാറി ചിന്തിക്കാൻ എന്തുകൊണ്ടോ കഴിഞ്ഞില്ല. വഴിവിട്ട സഞ്ചാരങ്ങളാണ് പലപ്പോഴും ചരിത്രത്തിൽ നാഴികക്കല്ലായിമാറിയത്. ലവൊസ്യെ 'ഫ്ളോജിസ്റ്റൺ വിഘ്നം' തകർന്നതോടെയാണ് കെമിസ്ട്രിയുടെ പുരോഗമനം സുഗമമായിത്തീർന്നത്. മറ്റൊരർഥത്തിൽ പറഞ്ഞാൽ, അദ്ദേഹം രസതന്ത്രത്തിന്റെ അടിത്തറ പൊളിച്ച് പുതുക്കിപ്പണിതു. ആ രീതിയിലാണ് അദ്ദേഹം ആധുനിക രസതന്ത്രത്തിന്റെ പിതാവാകുന്നത്.

ഒരു വസ്തു ഓക്സിജനുമായി പ്രവർത്തിക്കുന്ന പ്രതിഭാസമാണ് ജ്വലനം. മന്ദഗതിയിലുള്ള ജ്വലന പ്രവർത്തനമാണ് ശ്വസനം എന്നു സ്ഥാപിക്കുകവഴി ശരീരധർമശാസ്ത്രത്തിലും ലവൊസ്യെ തന്റേതായി ഇടം കണ്ടെത്തി. 1783 ൽ ലാപ്ജേസുമായി ചേർന്ന് ഒരു നീണ്ട പരീക്ഷണ പരമ്പരതന്നെ ഇതിനായി നടത്തുകയുണ്ടായി.

പുതിയ ഒരു സിദ്ധാന്തം എത്രവിപ്ലവകരമായാലും ആദ്യം അധികമാളുകളും സംശയത്തോടെയും മുൻവിധിയോടെയും കാണാറാണ് പതിവ്. അന്യഥാ മഹാന്മാരായ ആളുകൾപോലും പുതിയ സിദ്ധാന്തങ്ങളോട് ഈ മനോഭാവം വച്ചുപുലർത്തിയതായിക്കാണാം. വിഗ്രഹ ഭഞ്ജകനായ ന്യൂട്ടൻ ആൽക്കെമിയെ ന്യായീകരിച്ചു. ആപേക്ഷികതാ സിദ്ധാന്തത്തിലൂടെ പുതിയൊരു ചരിത്രംകുറിച്ച ഐൻസ്റ്റൈൻ ആദ്യം ക്വാണ്ടം സിദ്ധാന്തത്തെ സംശയിച്ചു. ഫ്ളോജിസ്റ്റൺ സിദ്ധാന്തത്തെ വെല്ലുവിളിച്ചപ്പോഴും ഇതുതന്നെ സംഭവിച്ചു. മറുപടിയായി ലവൊസ്യെ ദ്രവ്യസംരക്ഷണസിദ്ധാന്തം ആവിഷ്കരിച്ചു. തന്റെ ഏറ്റവും വലിയ മിത്രമായ സാധാരണ തുലാസുതന്നെ ഇവിടെയും രക്ഷയ്ക്കെത്തി.

ഫ്രാൻസിസ് ഒന്നാമൻ എന്ന ചക്രവർത്തി ഈ വിഷയത്തിൽ ഏറെ തൽപ്പരനായി. മൂവായിരം ഡോളറിലേറെ വിലവരുന്ന ഒരപൂർവ വജ്രക്കല്ല് കത്തിച്ച് ജ്വലന പരീക്ഷണം നടത്താൻ അദ്ദേഹം അനുമതിനൽകി. ഒരു റിട്ടോർട്ടിലിട്ടടച്ച് ഇരുപത്തിനാലു മണിക്കൂർ ചൂടാക്കിയപ്പോൾ വജ്രത്തെ കാണാതായി. അത് ബാഷ്പീകരിച്ച് അപ്രത്യക്ഷമായതാണെന്നും റിട്ടോർട്ട് തണുക്കുമ്പോൾ നഷ്ടപ്പെട്ടത് തിരിച്ചു കിട്ടുമെന്നും ചക്രവർത്തി സമാധാനിച്ചു. എന്നാൽ രാസമാറ്റത്തിലൂടെ തികച്ചും പുതിയ ഒരു വസ്തുവായിത്തീർന്ന അതിനെ എങ്ങനെ വീണ്ടെടുക്കാനാവും? ലവൊസ്യെയുടെ സിദ്ധാന്തം അതാണ് വ്യക്തമാക്കിയത്. ചക്രവർത്തിക്ക് വിശ്വാസം വന്നിരുന്നില്ല. തികച്ചും പുതിയ ഒന്നായി മാറുകയെന്ന ആശയം ദഹിച്ചിരുന്നില്ല. അതുകൊണ്ടാണ് വജ്രം കത്തിക്കാൻ ഒട്ടുമേ ശങ്കിക്കാതെ അനുമതി നൽകിയത്.

തുടർന്ന് മറ്റൊരു വജ്ര പരീക്ഷണം ലവൊസ്യെ തന്നെ നേരിട്ടു ചെയ്തു. പൂർണമായും വായുനീക്കം ചെയ്ത റിട്ടോർട്ടിലാണ് ഇത്തവണ വജ്രം ചൂടാക്കിയത്. എത്രവലിയ താപം നൽകിയിട്ടും അത് മാറ്റമില്ലാതെ തനിവജ്രമായിത്തന്നെ നിലനിന്നു. നേരത്തെ നടത്തിയ പരീക്ഷണത്തിലോ? വജ്രം കാർബൺ ഡൈ ഓക്സൈഡ് ആയി മാറുകയായിരുന്നു. ചക്രവർത്തിയുടെ അമൂല്യരത്നം ആർക്കും വേണ്ടാത്ത വെറും കാർബൺഡൈ ഓക്സൈഡ് ആയി മാറിയ ഇന്ദ്രജാലം പ്രകൃതിയിൽ എവിടേയും നടക്കുന്ന 'ജ്വലനം' എന്ന സാധാരണ രാസപ്രക്രിയയുടെ ഒരു ഭാഗം മാത്രമായിരുന്നു. സംശയാലുക്കൾ കീഴടങ്ങി.

ആയിടെയാണ് ജലത്തിന്റെ ഘടനയെക്കുറിച്ച് കാവൻഡിഷ് കണ്ടെത്തിയ കാര്യങ്ങൾ പരസ്യമായത്. ലവൊസ്യെ അതേ പരീക്ഷണം ഫ്രഞ്ചുകാർക്കുവേണ്ടി ആവർത്തിച്ചു. സംശയങ്ങൾ തീരാൻ ഇത് കൂടുതൽ സഹായകമായി. സർവകലാശാലകളിൽ ഏതാനും ചില അധ്യാപകരെങ്കിലും ലവൊസ്യെ ചൂണ്ടിക്കാട്ടിയ രീതികളിൽ അധ്യാപനം നടത്താൻ മുന്നോട്ടു വന്നു.

1782 ലെ ഒരുദിവസം. പാരീസിൽ ലവൊസ്യെയുടെ ലബോറട്ടറിയിൽ ചിന്തകളിൽ സ്വയം നഷ്ടപ്പെട്ട് നാലുപേർ ഇരിക്കുകയാണ്. ഗാഢമായ ആലോചന തുടങ്ങിയിട്ട് വളരെ നേരമായി. പെട്ടെന്ന് അവരിലൊരാൾ വാചാലനായി. "നമുക്ക് രസതന്ത്രത്തിന്റെ മുരടൻ ഭാഷയാകെ മാറ്റിയെടുക്കണം. എന്തേ സാധാരണക്കാരുടെ ഭാഷതന്നെ രസതന്ത്ര കാര്യങ്ങൾക്കും ഉപയോഗിച്ചുകൂടാ? ഈ കാരണവന്മാർ എതിർക്കുമായിരിക്കും. അന്തസ്സുകേടായെന്നു പ്രചരിക്കുമായിരിക്കും. സാരമില്ല. നമുക്കു മുന്നോട്ടു പോകാം." ചർച്ചയ്ക്ക് മുൻകൈയെടുത്തത് ലവൊസ്യെയായിരുന്നു. അതനുസരിച്ച് അവർ മുന്നോട്ടുപോയി. അങ്ങനെ രസതന്ത്രത്തിന് പുതിയ ഭാഷ ഉണ്ടായി.

പുതിയ ഭാഷയെന്നാൽ? കടിച്ചാൽ പൊട്ടാത്ത നീണ്ട ലാറ്റിൻ പേരുകളാണ് അന്നുണ്ടായിരുന്നത്. ടെറാ ഫോളിയാറ്റാ ടാർടാറി......എന്തു മന

സിലായി? ഇംഗ്ലീഷു പേരുകളും അതിനനുസരിച്ചായിരുന്നു. 'ഓക്സൈഡ്' എന്നു പറയുന്നതിനുപകരം 'മെറ്റൽ കാൽക്സ്..... പൊട്ടാഷ്' എന്ന് എളുപ്പം പറയാവുന്നതിനെയാണ് ടെറാ ഫോളിയാറ്റാ ടാർടാറി എന്നു പറഞ്ഞിരിക്കുന്നത്. 'ഓക്സൈഡ്' എന്നു കേട്ട് യാഥാസ്ഥിതിക പണ്ഡിതന്മാർ പരിഹസിച്ചു. ഓക്സ് ഹൈഡ് = ഓക്സൈഡ് ഓക്സ് എന്നാൽ കാള. ഹൈഡ് സമം തോൽ. ഓക്സൈഡ് എന്നാൽ കാളത്തോൽ. എന്തൊരു നാണക്കേട്, പുതുമയുടെ പേരിൽ ഓരോരോ കോപ്രായങ്ങൾ! എന്നാൽ നാവിനു വഴങ്ങുന്ന പുതിയ പേരുകൾക്ക് പെട്ടെന്ന് അംഗീകാരം ലഭിച്ചു. അചിരേണ അവ ലോകം മുഴുക്കെ പ്രചരിക്കുകയും അംഗീകാരം നേടുകയും ചെയ്തു. ആധികാരിക പാഠപുസ്തകങ്ങൾ ആ രീതിയിൽ മാറി. എല്ലാറ്റിനും രസതന്ത്രവിദ്യാർഥികൾ ലവൊസ്യെയോട് കടപ്പെട്ടിരിക്കുന്നു.

അതിനിടെ കർഷകരുടെ സ്ഥിതിഗതികൾ നേരിട്ടു കണ്ടുപഠിക്കാൻ സർക്കാർ ലവൊസ്യെയെ നിയമിച്ചു. കൃഷിരീതികൾ എത്രമാത്രം അശാസ്ത്രീയമാണെന്ന് അദ്ദേഹം നേരിൽ കണ്ടു. ശാസ്ത്രീയമായ ചില കാർഷികരീതികൾ അദ്ദേഹം ആവിഷ്കരിച്ചു. ഇതിനായി ഒരു മാതൃകാ കൃഷിത്തോട്ടം ആരംഭിച്ചു. കർഷകർക്ക് ഭരണകാര്യങ്ങളിൽ സ്ഥാനം നൽകുന്നതിനായി അവരുടെ പ്രതിനിധികളെ നിയമസഭാംഗങ്ങളാക്കാൻ ശുപാർശ ചെയ്തു. കൃഷിക്കാരിലെ പാവപ്പെട്ടവർക്കായി ഒരു ഇൻഷുറൻസ് പദ്ധതിക്കു തുടക്കമിടാൻ ഇത് കാരണമായി. തടവുപുള്ളികളെ മൃഗസദൃശരായിക്കണ്ടു കൈകാര്യം ചെയ്യുന്ന നടപ്പുരീതിക്കെതിരെ റിപ്പോർട്ടുനൽകി. വിദ്യാഭ്യാസ പരിഷ്കരണത്തിന് മാർഗരേഖകൾ മുന്നോട്ടുവെച്ചു. എന്നാൽ ഇതൊന്നും വിപ്ലവകാരികൾക്കിടയിൽ ശാസ്ത്രജ്ഞനെ സ്വീകാര്യനാക്കിയില്ല. കടുത്ത രാജഭക്തി ലവൊസ്യെയുടെ രക്തത്തിൽത്തന്നെ അലിഞ്ഞുചേർന്ന ഒന്നാണ്. അതായിരിക്കാം ഒരുപക്ഷേ, അദ്ദേഹത്തെ അസ്വീകാര്യനാക്കിയത്. ജനപക്ഷത്തു നിൽക്കുന്ന ആളായി ശാസ്ത്രജ്ഞനെ നോക്കിക്കാണാൻ ഇതെല്ലാം തടസമായി. 1789 ൽ വിപ്ലവകാരികൾ ബാസൽകോട്ട തകർത്തു. ഏതാണ്ട് അതേകാലത്ത് രസതന്ത്രലോകത്തിലെ അത്രതന്നെ യാഥാസ്ഥിതികമായ ഒരു നിർമിതിയെ ലവൊസ്യെ ഒറ്റയ്ക്കു തകർത്തു തരിപ്പണമാക്കിയത് പക്ഷേ, അവർ കാണാൻ കൂട്ടാക്കിയില്ല.

9

ജോൺ ഡാൽട്ടൺ: ആറ്റം സിദ്ധാന്തത്തിന്റെ ഉപജ്ഞാതാവ്

ജോൺ ഡാൽട്ടൺ

കൊയ്ത്തുകാലം വന്നു. ഗ്രാമത്തിൽ ഉത്സവം. എല്ലാ മുഖങ്ങളിലും പ്രത്യാശയുടെ തിളക്കം. എങ്ങും കളപ്പുരയും മെതിപ്പുരയും പണിയുന്ന തിരക്ക്. അപ്പോഴാണ് പീറ്ററും മാത്യുവും എഡ്വേഡും പണിയെടുക്കുന്നിടത്ത് ഒരു കുഴപ്പം. കളപ്പുര അറുപതു ചതുരശ്രവാര വിസ്തീർണത്തിലാണുവേണ്ടതെന്നു പീറ്റർ പറഞ്ഞു. മാത്യു യോജിച്ചില്ല. അറുപതു വാര ചതുരത്തിൽ പണിയാം എന്നായി അയാൾ. പൊട്ടന്മാരേ രണ്ടും ഒന്നു തന്നെയെന്ന് എഡ്വേഡ്. തർക്കം മൂത്തു. പണിനിന്നു. ഒരു തീരുമാനമായിട്ട് പണി തുടർന്നാൽ മതിയെന്നായി മറ്റുള്ളവർ. എഡ്വേഡാണെങ്കിലോ തന്റെ വാദത്തിൽ ഉറച്ചുനിന്നു.

ഗ്രാമത്തിലെ ബുദ്ധിജീവിയാണയാൾ. അതുകൊണ്ട് ഭൂരിപക്ഷവും അയാളുടെ ഭാഗം ചേർന്നു. പിന്തുണയ്ക്കാൻ ആളുണ്ടെന്നു വന്നപ്പോൾ അയാളുടെ നാവിനു നീളം കൂടി. അയാൾ പീറ്ററെയും മാത്യുവിനെയും കണക്കിനു കളിയാക്കി. പീറ്റർ വല്ലാതായി. അബദ്ധം എഴുന്നള്ളിക്കരുതായിരുന്നു. പക്ഷേ, മാത്യുവിന് അയാൾ പറഞ്ഞതു ശരിയാണെന്നു

തോന്നിയതേയില്ല. എന്നാൽ ആരെയും പറഞ്ഞു ബോധ്യപ്പെടുത്താൻ കഴിയുന്നില്ല. ആ അവസരം മുതലെടുത്ത് എഡ്വേഡ് ഒന്നുകൂടി ഷൈൻ ചെയ്തു. വാപൊളിച്ചുനിൽക്കാതെ പണിയാരംഭിക്കാൻ മറ്റുള്ളവരെ ശാസിച്ചു. മറുത്തൊരക്ഷരം പറയാതെ എല്ലാവരും അയാൾക്കു കീഴടങ്ങാൻ തുടങ്ങുകയായിരുന്നു. ആ സമയം ഒരു കൊച്ചുപയ്യൻ അങ്ങോട്ടു കടന്നുവന്നു. ജോസഫിന്റെ മകൻ ജോൺ, "ഞാൻ പറഞ്ഞുതരാം മാമന്മാരെ. അറുപത് ചതുരശ്രവാരയും അറുപതുവാര ചതുരശ്രവും ഒന്നല്ല. നിങ്ങൾ ഇരുപതുവാരനീളത്തിലും മൂന്നുവാരം വീതിയിലുമാണ് കളപ്പുര പണിയുന്നതെങ്കിൽ അത് അറുപതുചതുരശ്രവാരയുണ്ടാകും. മറിച്ച് അറുപതുവാര ചതുരമാണ് വേണ്ടതെങ്കിൽ അറുപതുവാരം നീളത്തിലും അറുപതുവാരം വീതിയിലും പണിയേണ്ടിവരും. അഥവാ 3600 ചതുരശ്രവാര." ഇതുകേട്ട് എഡ്വേഡിന്റെ നാവു വരണ്ടു. പീറ്ററുടെ മുഖത്ത് ആശ്വാസവും സന്തോഷവും കളിയാടി. കൂടിനിന്നവർ അത്ഭുതാദരങ്ങളോടെ കൊച്ചുകുഞ്ഞിനെ നോക്കി. നെയ്ത്തുകാരൻ ജോസഫിന്റെ അഞ്ചുമക്കളിലൊരുവന് ഇത്രയും മിടുക്കോ?

കണക്കിൽമാത്രമല്ല, ക്ഷേത്രഗണിതത്തിലും കാലാവസ്ഥാനിരീക്ഷണത്തിലും ആ ബാലൻ അതിസമർഥനായിരുന്നു. ആകാശത്തിൽ ഉരുണ്ടുകൂടുന്ന മേഘങ്ങളുടെ സ്വഭാവം നോക്കി അവൻ മഴയോ വെയിലോ മഞ്ഞോ പ്രവചിക്കും. ജോണിന്റെ നോട്ടുപുസ്തകം കാണുന്നവർ അത്ഭുതംകൊണ്ട് വാപൊളിച്ചുപോകും. ഗ്രാമത്തിലെ കാലാവസ്ഥയെക്കുറിച്ച് അതിസൂക്ഷ്മമായ വിവരങ്ങൾപോലും അതിൽ രേഖപ്പെടുത്തിയതായി കാണാം. കാലാവസ്ഥാനിരീക്ഷണം ജോണിന്റെ ദിനചര്യയുടെ അവിഭാജ്യ ഘടകമാണ്. ഗ്രാമത്തിലെ ഭൂമി അളക്കാനും വിളവുകളുടെ അളവ് തിട്ടപ്പെടുത്താനും താമസിയാതെ ഗ്രാമവാസികൾ അവനെ ഉപയോഗപ്പെടുത്താൻതുടങ്ങി.

അങ്ങനെയിരിക്കെ ജോൺ ഗ്രാമത്തിൽ ഒരു സ്കൂൾ തുടങ്ങി. പന്തണ്ടുവയസുള്ള മാസ്റ്റർ. മാസ്റ്ററേക്കാൾ പ്രായമുള്ള ശിഷ്യന്മാർ. കൃഷിപ്പണിയൊക്കെ കഴിഞ്ഞ് കൊച്ചുമാസ്റ്റർ പള്ളിക്കൂടത്തിലെത്തുന്നു. വൈകിട്ട് വീണ്ടും പാടത്തേക്ക്. അതിനിടയിൽ കാലാവസ്ഥാനിരീക്ഷണവും അത് രേഖപ്പെടുത്തിവയ്ക്കലും കൃത്യമായി നടന്നിരിക്കും. രാത്രി ഏറെവൈകുംവരെ സ്വയം അറിവുവർധിപ്പിക്കുവാനുള്ള വായനയും എഴുത്തും ജനോപകാരപ്രദമായ മൂന്ന് ഉപകരണങ്ങൾ നിർമിക്കുവാനും അതിനിടയിൽ കഴിഞ്ഞു. ബാരോമീറ്റർ, ഹൈഡ്രോമീറ്റർ, തെർമോമീറ്റർ എന്നിവയാണ് ഈ ഉപകരണങ്ങൾ.

കുറേക്കൂടി മുതിർന്നപ്പോൾ ഈ കുട്ടി ഈഗിൾഫീൽഡ് എന്ന ജന്മനാടുവിട്ട് കെൻറിലെ സ്കൂളിൽ അധ്യാപകനായി. എന്നാൽ അവിടെ, തന്നെക്കാൾ പ്രായമുള്ള ശിഷ്യരുടെ കുരുത്തക്കേട് കാരണം നന്നെ ബുദ്ധിമുട്ടി. ഒരുദിവസം ഇത്തരം ഒരു മുതിർന്നശിഷ്യനെ ശാസിച്ചതിന് ഗുരുവിനെ വെല്ലുവിളിച്ചു. രണ്ടുവർഷം ഒരുവിധം തള്ളിനീക്കി.

അങ്ങനെയിരിക്കെ മാഞ്ചസ്റ്റർ കോളേജിൽ അധ്യാപകനാവാൻ ക്ഷണം കിട്ടി. ഔപചാരിക വിദ്യാഭ്യാസയോഗ്യതയേക്കാൾ പ്രായോഗികപരിജ്ഞാനമാണ് അവർ മാനദണ്ഡമാക്കിയത്. പതിനേഴാം വയസിൽ ജോൺ കോളേജധ്യാപകനായി. ഗണിതവും പ്രകൃതിശാസ്ത്രവും പഠിപ്പിക്കാൻ തുടങ്ങി.

പരമാണുശാസ്ത്രത്തിന്റെ പിതാവായ ജോൺഡാൽട്ടൺ എന്ന മഹാപുരുഷന്റെ കുട്ടിക്കാലത്തെക്കുറിച്ചാണ് നിങ്ങൾ ഇതുവരെ വായിച്ചത്. മാഞ്ചസ്റ്റർ കോളേജിൽ ഡാൽട്ടൻ അധികകാലം നിന്നില്ല. കാലാവസ്ഥാ നിരീക്ഷണത്തിനും നാടുനീളെ സഞ്ചരിച്ചു പഠനം നടത്തുന്നതിനും ഉദ്യോഗം തടസമായപ്പോൾ സ്വയം ഒഴിഞ്ഞു. അത്യാവശ്യത്തിന് പ്രൈവറ്റ് ട്യൂഷൻ തുടങ്ങി. ബാക്കിസമയം സാധ്യമായ എല്ലാ സ്ഥലങ്ങളിലും ഡാൽട്ടൺ തന്റെ ഉപകരണങ്ങളുമായി സഞ്ചരിച്ചു.

പതിനെട്ടാം നൂറ്റാണ്ടിന്റെ അന്ത്യദശകങ്ങൾ രസതന്ത്രത്തിന്റെ സുവർണ കാലമായിരുന്നു എന്നു നിങ്ങൾ ഇതിനകം മനസിലാക്കിയല്ലോ. ലവൊസ്യെ ഫ്ളോജിസ്റ്റൺ സിദ്ധാന്തത്തെ കൊന്ന് കൈയിൽ കൊടുത്തതോടെ രസതന്ത്രഗവേഷണ മേഖലയിൽ പുതിയൊരുന്മേഷം പടർന്നു. നിരവധി പുതിയ മൂലകങ്ങളെക്കുറിച്ച് അറിവുണ്ടായി. ലവൊസ്യെ ഇത്തരം ഇരുപത്തിമൂന്നു മൂലകങ്ങളുടെ പേർ പ്രസിദ്ധപ്പെടുത്തി. മൂലകങ്ങൾ സംയോജിച്ച് സംയുക്തങ്ങൾ അഥവാ യൗഗികങ്ങൾ ഉണ്ടാക്കുമെന്നും ചുറ്റുമുള്ള എല്ലാപദാർഥങ്ങളും ഇത്തരം സംയോജനങ്ങളിലൂടെയാണുണ്ടായതെന്നും പരീക്ഷണങ്ങളിലൂടെ ബോധ്യപ്പെട്ടുവരികയായിരുന്നു. പത്തൊൻപതാം നൂറ്റാണ്ടിന്റെ പകുതിയായപ്പോഴേക്കും അറുപത്തിയൊന്നോളം മൂലകങ്ങൾ അറിവായി. നാൽപ്പത്തി ഒൻപത് ലോഹമൂലകങ്ങൾ. ബാക്കി അലോഹങ്ങൾ. ഇംഗ്ലണ്ടിൽ സർ ഹംഫ്രി ഡേവി രസതന്ത്ര ചക്രവർത്തിയായി വാഴുന്ന കാലം. മൈക്കൽഫാരഡെ അദ്ദേഹത്തിന്റെ ശിഷ്യനായിത്തുടങ്ങി പ്രശസ്തിയിലേക്കുയർന്നുകൊണ്ടിരിക്കുന്നു. ക്ലോറിൻ മൂലകമാണെന്ന് ഡേവി തെളിയിച്ചത് ആയിടെയാണ്. കടലിലെ വെള്ളം വൈദ്യുത വിശ്ലേഷണം ചെയ്ത് പിന്നീടദ്ദേഹം സോഡിയവും പൊട്ടാസ്യവും ഉണ്ടാക്കി. അലുമിനിയത്തിന്റെ നിഷ്കർഷണവും ആയിടെതന്നെ സാധ്യമായി. ശാസ്ത്രമേഖലയിലാകെ അസാധാരണമായ ഉണർവ്. മൂലകങ്ങൾ തമ്മിലുള്ള സാമ്യവ്യത്യാസങ്ങൾ പുതിയ ചിന്തകൾക്കു തീകൊളുത്തി. എല്ലാ മൂലകങ്ങളും പരമാണുക്കൾ കൊണ്ട് നിർമിതമാണെന്ന അത്യന്തം വിപ്ലവകരമായ ചിന്തയിൽ ജോൺ ഡാൾട്ടൺ എത്തിച്ചേരാൻ ഇതെല്ലാം കാരണമായി.

പദാർഥങ്ങൾ ചെറുകണികകളാൽ നിർമിതമാണെന്ന അറിവ് പുത്തനൊന്നുമല്ല. നൂറ്റാണ്ടുകൾക്കു മുമ്പുതന്നെ പ്രതിഭാശാലികൾ ആ രീതിയിൽ ചിന്തിച്ചിരുന്നു. ഭാരതീയനായ കണാദമുനിയും ഗ്രീക്കുകാരനായ ഡമൊക്രാറ്റിസും അത്തരക്കാരായിരുന്നു. ദ്രവ്യത്തിന്റെ ഘടനയെക്കുറിച്ച് തിരിച്ചറിവുണ്ടായ കാലംതൊട്ടേ മനുഷ്യൻ ചിന്തിച്ചിരുന്നു എന്നല്ലേ

ഇതെല്ലാം വ്യക്തമാക്കുന്നത്? ശാസ്ത്രം പുരോഗമിക്കുന്തോറും ദ്രവ്യത്തിന്റെ ഘടനയെക്കുറിച്ചുള്ള അന്വേഷണം വളർന്നുകൊണ്ടിരുന്നു. ഡാൽട്ടന്റെ അണുസിദ്ധാന്തം നാഴികക്കല്ലായി. ഇരുപതാം നൂറ്റാണ്ടിൽ പരമാണു ഘടനയെക്കുറിച്ചുണ്ടായ കണ്ടുപിടിത്തങ്ങൾ, മൗലിക കണങ്ങളെക്കുറിച്ചുണ്ടായ മുന്നേറ്റങ്ങൾ, അണുവിഘടനം വഴി അപാരമായ അളവിൽ ഊർജം ഉണ്ടാക്കാം എന്ന കണ്ടെത്തൽ ഇതിന്റെയെല്ലാം തുടക്കം ഡാൽട്ടന്റെ അണുസിദ്ധാന്തത്തിൽ നിന്നാണെന്നു പറയാം.

അടിസ്ഥാന കണങ്ങൾ ഒരു നിശ്ചിത അനുപാതത്തിൽ സംയോജിച്ച് സംയുക്തകണങ്ങൾ ഉണ്ടാക്കുന്നു (ഇന്നത്തെ രസതന്ത്രഭാഷ ഇവയെ തന്മാത്രകൾ എന്നു വിളിക്കുന്നു). ഒരു പദാർഥത്തിന്റെ എല്ലാ കണികകൾക്കും ഒരേ ഭാരമായിരിക്കും. അണുക്കളെ കൂടുതൽ ചെറിയ കണികകളായി വിഭജിക്കാൻ സാധ്യമല്ല. ഇതായിരുന്നു ഡാൽട്ടന്റെ ധാരണ. എങ്കിലും രാസ യൗഗികങ്ങളെ അപഗ്രഥിക്കുന്നതിനും ഉദ്ഗ്രഥിക്കുന്നതിനുമുള്ള യുക്തിപൂർവകമായ അടിസ്ഥാനം പരമാണുക്കളായി മാറി. അതിന് സാർവത്രികാംഗീകാരം ലഭിച്ചു. അത് ഘടനാരസതന്ത്രത്തിന്റെ അടിത്തറയായിത്തീർന്നു.

അണുസിദ്ധാന്തത്തിന്റെ ആധുനിക കാലഘട്ടത്തിലെ ഉപജ്ഞാതാവും വ്യാഖ്യാതാവും അങ്ങനെ ജോൺ ഡാൽട്ടൺ ആയിത്തീരുന്നു. അന്തരീക്ഷത്തിന്റെ ഊഷ്മാവ് അളന്നും അന്തരീക്ഷമർദം തിട്ടപ്പെടുത്തിയും ആകാശത്തിന്റെ ഭാവമാറ്റം നിരീക്ഷിച്ചും നടന്ന ഡാൽട്ടൺ അണുഘടനയുമായി ബന്ധപ്പെട്ട കാര്യങ്ങളിലേക്ക് ആകർഷിക്കപ്പെട്ട കഥ അത്യന്തം രസകരമാണ്.

കാലാവസ്ഥാപഠനത്തിന്റെ ഭാഗമായി ഡാൽട്ടൺ പലസ്ഥലത്തു നിന്നും വായുവിന്റെ സാമ്പിളുകൾ എടുത്ത് പഠിക്കാറുണ്ടായിരുന്നു. വയലിലും പറമ്പിലും തടാകോപരിതലത്തിലും കുന്നിൻപുറത്തും വായുവിന്റെ ഘടന ഒന്നുതന്നെയാണെന്ന അറിവ് അതിൽ നിന്നുണ്ടായി. ഓക്സിജനും നൈട്രജനും കാർബൺഡൈ ഓക്സൈഡും അപൂർവ വാതകങ്ങളുമെല്ലാം ചേർന്നതാണ് വായു എന്ന് അപ്പോഴേക്കും കാവൻഡിഷും ലവൊസ്യെയുമെല്ലാം ചേർന്ന് തെളിയിച്ചുകഴിഞ്ഞിരുന്നല്ലോ. ഈ വാതകങ്ങൾക്കെല്ലാം സാന്ദ്രതയിൽ വ്യത്യാസവുമുണ്ട്. അങ്ങനെയെങ്കിൽ സാന്ദ്രത താരതമ്യേന കൂടുതലുള്ള CO_2 അന്തരീക്ഷത്തിന്റെ അടിയിലായി വന്നുനിൽക്കേണ്ടതല്ലേ? അങ്ങനെയല്ലാതെ എല്ലാം ചേർന്നുള്ള ഒരു മിശ്രിതമായി വായു കാണപ്പെടുന്നത് എന്തുകൊണ്ട്? ബലൂണിലേറി ഗേലുസാക്ക് എന്ന രസതന്ത്രവിദഗ്ധൻ 21375 അടി ഉയരംവരെ പൊങ്ങി. ആ ഉയരത്തിൽപ്പോലും വായുഘടനയിൽ വ്യത്യാസമില്ലെന്നു കണ്ടുപിടിച്ചു. രണ്ടുതരം വിശ്വാസങ്ങളാണ് അന്നുനിലവിലുണ്ടായിരുന്നത്. വായു അടിസ്ഥാനപരമായി ഒറ്റയൊരു സംയുക്തമാണെന്ന്. അങ്ങനെയല്ല ഭിന്നരാസസ്വഭാവങ്ങളുള്ള വെറുമൊരു മിശ്രിതം മാത്രമാണെന്ന്. ഏതാണ് ശരി എന്നന്വേഷിച്ച് ഡാൽട്ടൺ തന്റെ കൊച്ചു

പരീക്ഷണശാലയിൽ ചടഞ്ഞുകൂടി. എന്നാൽ പരീക്ഷണം ചെയ്യാനുള്ള സാമർത്ഥ്യക്കുറവുമൂലം പകുതിക്കുവച്ചു പിൻതിരിയാൻ നിർബന്ധിതനായി. തുടർന്നുള്ള അന്വേഷണങ്ങൾ യുക്തിയുടെയും ബുദ്ധിയുടെയും മൂശയിൽ വച്ചായി.

ആയിടെ ഗെല്ലുസാക്കിന്റെ പ്രബന്ധം വന്നു. പദാർഥകണികകൾക്കിടയിൽ താപത്തിന്റെ ഒരന്തരീക്ഷമുണ്ട്. അത് കണികകളെ പരസ്പരം വേർതിരിക്കുന്നു. ഈ ആശയത്തെ ഒരു സാങ്കൽപ്പിക ചിത്രമായി തന്റെ നോട്ടുബുക്കിൽ വരച്ചിട്ടു. വായുവിലെ ഓക്സിജനെ സൂചിപ്പിക്കാൻ വജ്രക്കല്ലുവരച്ചു. ചെറുകുത്തുകളാൽ നൈട്രജനെ സൂചിപ്പിച്ചു. കറുത്ത ത്രികോണം കാർബൺഡൈ ഓക്സൈഡിനെ പ്രതിനിധീകരിച്ചു, നക്ഷത്ര ചിഹ്നങ്ങൾ ജലബാഷ്പത്തേയും. അങ്ങനെയൊരു മിശ്രിതം അന്തരീക്ഷവായുവിനെ പ്രതിനിധീകരിക്കുന്നതായും മനസിൽ കണ്ടു.

ഈ പരീക്ഷണം ചെയ്തുകൊണ്ടിരിക്കെ 'കണിക' എന്ന ആശയം മനസിൽ തറച്ചു. 500 ബി സി യിൽ ഡെമോക്രാറ്റിസ് ആദ്യമായി ഉപയോഗിച്ച വിശേഷണം. ദ്രവ്യം അദൃശ്യകണങ്ങൾകൊണ്ട് നിർമിതമാണെന്നാണ് ഡെമോക്രാറ്റസ് എഴുതിയത്. വായുവും വെള്ളവും കല്ലും മണ്ണുമെല്ലാം കണികകളുടെ സങ്കലനം തന്നെ. അങ്ങനെയെങ്കിൽ എന്തുകൊണ്ട് ജലരൂപത്തിന് ദ്രവരൂപം? കല്ലെന്തേ ഖരമായിരിക്കാൻ? ജലത്തിന്റെ കണങ്ങൾ ഉരുണ്ടു മിനുസമുള്ളവയാകയാൽ അവ ഒന്നിച്ചു ചേർന്ന് ദ്രവാവസ്ഥയുണ്ടാക്കുന്നു. ഉരുണ്ടു മിനുസമുള്ള ഒരു കണിക അത്തരത്തിലുള്ള മറ്റൊന്നിനുമേൽ തെന്നിനീങ്ങുന്നു. ഇരുമ്പുകണങ്ങൾ പരുപരുത്തവയാകയാൽ അത് ഖരാവസ്ഥയിൽ നിലനിൽക്കുന്നു. പദാർഥങ്ങൾ മാത്രമല്ല, ഗന്ധവും കാഴ്ചയും കേൾവിയും ചൂടും തണുപ്പും തീയും മഞ്ഞും എല്ലാം കണികകൾ മൂലം രൂപംകൊള്ളുന്നു. മനസും ശരീരവും ആത്മാവുമെല്ലാം കണികകൾതന്നെ. ചുരുക്കിപ്പറഞ്ഞാൽ എല്ലാം കണികാ മയം. കണികാമയമേ ലോകം.

ന്യൂട്ടൺ രേഖപ്പെടുത്തിവച്ച ഒരു കാര്യം ഡാൽട്ടന്റെ ശ്രദ്ധയിൽപ്പെട്ടു.

"ആദിയിൽ ദൈവം എല്ലാവസ്തുക്കളെയും അവിഭാജ്യവും അചഞ്ചല സ്വഭാവമുള്ളതുമായ കണികകൾ കൊണ്ടു നിർമിച്ചു എന്ന് എനിക്കു തോന്നുന്നു...... ദൈവസൃഷ്ടിയായ കണികകളെ ഒരു ശക്തിക്കും പിളർക്കാനാവില്ല." തുടർന്ന് അന്നറിയപ്പെട്ട മൂലകങ്ങളുടെയെല്ലാം കണികകൾ ഡാൽട്ടന്റെ മനസിൽ വിവിധ രൂപങ്ങളായി തെളിഞ്ഞു. പെൻസിൽചലിച്ചു. പലതരം കണികകളുടെ ചിത്രങ്ങൾ കടലാസിൽ നിറഞ്ഞു. തന്റെ അണുസിദ്ധാന്തംവഴി ഡാൽട്ടൺ താഴെപ്പറയുന്ന കാര്യങ്ങൾ വ്യക്തമാക്കി. എല്ലാ മൂലകങ്ങളും 'ആറ്റങ്ങൾ' എന്നു വിളിക്കാവുന്ന കണികകൾകൊണ്ട് നിർമിതമാണ്. ഒരേ മൂലകത്തിന്റെ എല്ലാ അണുക്കളും വലിപ്പത്തിലും സ്വഭാവത്തിലും ഒരുപോലെ ആയിരിക്കും. വ്യത്യസ്ത മൂലകങ്ങളുടെ അണുക്കൾ വ്യത്യസ്ത സ്വഭാവങ്ങൾ കാണിക്കും. രണ്ടോ അതിലധികമോ മൂലകങ്ങളുടെ അണുക്കൾ 1:1, 2:1, 4:3 എന്നിങ്ങനെയുള്ള

സരള അനുപാതങ്ങളിൽ സംയോജിച്ച് യൗഗികങ്ങൾ (സംയുക്തങ്ങൾ) രൂപംകൊള്ളുന്നു. Co, CO_2- രണ്ടിലും കാർബണും ഓക്സിജനും മാത്രമേയുള്ളൂ. എന്നാൽ കാർബൺ, ഓക്സിജൻ അനുപാതം വ്യത്യസ്തപ്പെട്ടിരിക്കുന്നതുകൊണ്ട് വ്യത്യസ്ത സ്വഭാവം കാട്ടുന്നു. മീഥേനിൽ കാർബണും ഹൈഡ്രജനും തമ്മിലുള്ള അനുപാതം 3:1 എഥിനിൽ അത് 6:1. സംഗതി കാർബണും ഹൈഡ്രജനും തന്നെ. എന്നാൽ ദ്രവ്യാനുപാതം മാറുന്നതോടെ സ്വഭാവം പാടെ മാറുന്നു. ഇങ്ങനെ രാസിക ഘടനയും രാസസ്വഭാവവും തമ്മിലുള്ള ബന്ധവും ഡാൽട്ടൻ കണ്ടുപിടിച്ചു. രാസമാറ്റത്തിലെ അണുസംയോജനരീതിയും അദ്ദേഹം തന്നെയാണ് വിശദീകരിച്ചത്.

ചെറുപ്പത്തിലേ മാഷായിരുന്നല്ലോ ഡാൽട്ടൺ. അതുകൊണ്ട് കാര്യങ്ങൾ മറ്റുള്ളവരെ മനസിലാക്കിക്കാൻ മാഷുടെ രീതിതന്നെ എപ്പോഴും ഉപയോഗിച്ചു. ആറ്റം സംയോജനം എളുപ്പം മനസിലാക്കാൻ പലനിറങ്ങളിലുള്ള ഗോളങ്ങളായി പലതരം ആറ്റങ്ങളെ ഉണ്ടാക്കി. ഇത്തരം മാതൃകകൾ ആറ്റം സംയോജനത്തെക്കുറിച്ചു പഠിക്കാൻ കെമിസ്ട്രി ക്ലാസുകളിൽ ഇന്നും ലോകമെങ്ങും ഉപയോഗിച്ചുവരുന്നു.

എന്നാൽ അണുസിദ്ധാന്തത്തിന് അന്നത്തെ ശാസ്ത്രജ്ഞരുടെ ഇടയിൽനിന്നു തന്നെ എതിർപ്പുകൾ നേരിടേണ്ടിവന്നു. അന്ന് രസതന്ത്രലോകത്തിലെ മുടിചൂടാമന്നനായി വാണരുളിയ സർ ഹംഫ്രിഡേവിയിൽ നിന്നു തന്നെയാണ് ഏറ്റവുമേറെ സഹിക്കേണ്ടിവന്നത്. ഡാൽട്ടൻ ഒരുനാട്ടുമ്പുറക്കാരൻ പഴഞ്ചൻ. ഡേവിയാകട്ടെ, അത്യാധുനിക സമൂഹത്തിന്റെ ആരാധ്യനും. അതുകൊണ്ട് ഒരു നല്ല വിഭാഗം രസതന്ത്രാധ്യാപകരും ഗവേഷകരും ഡേവിയുടെ ഭാഗം ചേർന്നു. 'മതിഭ്രമംകൊണ്ട് ഭാവനയിൽ വിചിത്ര രൂപങ്ങൾ ദർശിക്കുന്ന ഭ്രാന്തൻ' എന്നുവരെ പോയി അധിക്ഷേപം. ഉരുണ്ട ഗോളങ്ങളായി ആറ്റങ്ങളെ സങ്കൽപ്പിക്കാനാവില്ലെന്ന് ഇവർ വാശിപിടിച്ചു. മാതൃകകൾ ഉപയോഗിച്ച് ഡാൽട്ടൺ ചെയ്തു കാട്ടിയ അണുക്കളുടെ സംയോജന രീതികളെ പരിഹസിച്ചു. എന്നാൽ പിന്നീട് ബെർസീലിയസ് വന്നു. പരീക്ഷണങ്ങൾ അവതരിപ്പിച്ചു. അതു ചിതറിയ വെളിച്ചത്തിൽ അണുസിദ്ധാന്തം കൂടുതൽ ശോഭയാർജിച്ചു; തിളങ്ങി. എതിർപ്പുകൾ കാറ്റത്തെ കരയിലപോലെ പറന്നുപോയി. ഡേവിക്കും കാര്യങ്ങൾ ബോധ്യം വന്നു. അദ്ദേഹം നിശ്ശബ്ദനായി. ആറ്റം സിദ്ധാന്തം ആധുനിക രസതന്ത്രത്തിന്റെ നെടുംതൂണുകളിലൊന്നായിമാറി.

ഡാൽട്ടന്റെ സിദ്ധാന്തങ്ങളെക്കുറിച്ചു പറയുന്ന തിരക്കിൽ അദ്ദേഹത്തിന്റെ ജനനത്തെക്കുറിച്ചോ മാതാപിതാക്കളെക്കുറിച്ചോ ഒന്നും പറഞ്ഞില്ല അല്ലേ? ഡാർവിന്റെയും എബ്രഹാം ലിങ്കന്റെയും 200-ാം ജന്മവാർഷികമായിരുന്ന 2009, ജോൺ ഡാൽട്ടൺ ആറ്റം സിദ്ധാന്തം ആവിഷ്കരിച്ചതിന്റെയും ഇരട്ടശതാബ്ദിവർഷമാണെന്നറിയുക. 1766 ൽ നെയ്ത്തുകാരന്റെ മകനായി ഇംഗ്ലണ്ടിലെ ഈഗിൾഫീൽഡ് എന്നനാ

ട്ടിൻപുറത്തു ജനനം. 'ക്വേക്കർ' എന്ന ക്രിസ്തുമത വിഭാഗത്തിലെ അംഗമായിരുന്ന പിതാവിനെ പിന്തുടർന്ന് താനും ക്വേക്കർമതം സ്വീകരിച്ചു. പന്ത്രണ്ടാം വയസിൽ സ്കൂൾമാഷായി. ക്വേക്കർമാർ പല വിലക്കുകൾക്കും വിധേയമാണ്. അതുകൊണ്ട് അത്തരം വിലക്കുകൾ കർശനമായി പാലിച്ചുകൊണ്ടാണ് ജീവിച്ചത്. അധ്യാപകന് ശമ്പളം തീരെ കുറവായതുകൊണ്ട് അതുപേക്ഷിച്ച് ജീവിക്കാൻ കുറേക്കാലം തോട്ടപ്പണി സ്വീകരിച്ചയാൾ കൂടിയായിരുന്നു ഡാൽട്ടൺ!

ആറ്റം ഗവേഷണത്തെക്കുറിച്ചുള്ള മൗലികധാരണകൾ *രാസികദർശനത്തിന്റെ പുതിയ പദ്ധതി* എന്ന ഗ്രന്ഥത്തിൽ ക്രോഡീകരിച്ചിരിക്കുന്നു. 1808, 1810, 1827 — ഈ വർഷങ്ങളിൽ വെവ്വേറെ ഭാഗങ്ങളായി പ്രകാശനം ചെയ്യപ്പെട്ട വിശ്രുതരചനയാണിത്.

വർണാന്ധത (Colour Blindness) എന്ന രോഗത്തിന് 'ഡാൽട്ടണിസം' (Daltonism) എന്നും പറയാറുണ്ട്. ഡാൽട്ടൺ വർണാന്ധനായിരുന്നു. വർണാന്ധത ജന്മനാ ഉണ്ടാകുന്ന ഒരു അസുഖമാണെന്ന് അദ്ദേഹം കണ്ടെത്തി. അതിന്റെ ലക്ഷണങ്ങൾ വിവരിക്കുകയും ചെയ്തു.

1844 ൽ മരണം. അപ്പോഴേക്കും അദ്ദേഹം ഏറെ പ്രസിദ്ധനായിക്കഴിഞ്ഞിരുന്നു. ബഹുമതികൾ കണക്കില്ലാതെ വന്നുകൊണ്ടിരുന്നു. ക്വേക്കർ ആയതുകൊണ്ടു പലതും നിരാകരിച്ചു. കൊച്ചുകുട്ടികളെ പഠിപ്പിച്ചുകൊണ്ടാണ് അന്ത്യനാളുകളിൽപ്പോലും സമയം ചെലവഴിച്ചത്. പ്രശസ്തിയുടെ കൊടുമുടിയിൽ കഴിയുമ്പോഴും അതീവ ദരിദ്രസാഹചര്യങ്ങളിൽ ജീവിച്ചു. മരണദിവസം കാലത്തുപോലും കാലാവസ്ഥാ നിരീക്ഷണം നടത്തി നോട്ടുബുക്കിൽ കുറിച്ചതായി കാണുന്നു. 1787 തൊട്ട് അന്നേദിവസംവരെയുള്ള 57 വർഷത്തെ നിരീക്ഷണ ഫലങ്ങൾ അടങ്ങിയ നോട്ടുബുക്കുകൾ ലഭ്യമായിട്ടുണ്ട്. വായുമർദം കൂടുമ്പോൾ അന്തരീക്ഷോഷ്മാവിലുണ്ടാകുന്ന വർധന ആദ്യമായി മാപനം ചെയ്തതും ഡാൽട്ടൺ തന്നെയായിരുന്നു.

10

സർ ഹംഫ്രി ഡേവി:
വൈദ്യുത രസതന്ത്രത്തിലെ അതികായൻ

ഹംഫ്രി ഡേവി

"റോയൽ സൊസൈറ്റി സമക്ഷം അനുമതിക്കായി സമർപ്പിക്കുന്നതെന്തെന്നാൽ, ഓക്സിമ്യൂറിയിറ്റിക്ക് അമ്ലം, ഓക്സിജൻ എന്നിവയെസംബന്ധിക്കുന്ന ഒരു പരീക്ഷണത്തിന്റെ ഫലം ശ്രദ്ധിച്ചു പഠിച്ച് അഭിപ്രായം രേഖപ്പെടുത്താൻ ബഹുമാനപ്പെട്ട അംഗങ്ങൾക്ക് സന്മനസുണ്ടാവണം. രാസികാന്വേഷണത്തിന്റെ ഇരുണ്ടുകിടക്കുന്ന ഒരു മേഖലയിലേക്ക് അതുവെളിച്ചം വിതറുമെന്നു ഞാൻ വിശ്വസിക്കുന്നു."

ക്ലോറിൻ ഒരു വാതകമാണെന്നുതെളിയിച്ചുകൊണ്ട് സർ ഹംഫ്രിഡേവി നടത്തിയ പരീക്ഷണങ്ങൾ റോയൽ സൊസൈറ്റിക്കു സമർപ്പിച്ച പ്രബന്ധത്തിന്റെ ആമുഖഭാഗത്തുനിന്നുള്ളതാണ് മുകളിൽ കുറിച്ച ഉദ്ധരണി.

പത്തൊൻപതാം നൂറ്റാണ്ടിന്റെ ആദ്യദശകങ്ങളിൽ ഇംഗ്ലണ്ടിൽ ജീവിച്ച ഏറ്റവുംവലിയ പരീക്ഷണരസതന്ത്രജ്ഞനാണ് ഡേവി. 1778 ഡിസംബർ ഏഴിന് ഇംഗ്ലണ്ടിലെ പാവപ്പെട്ട ഒരാശാരിയുടെ മകനായി ജനിച്ചു. സ്കൂളിൽ പോകാൻ അധികം കഴിഞ്ഞില്ലെങ്കിലും അനൗപചാരിക വിദ്യാഭ്യാസത്തിലൂടെ എഴുതാനും വായിക്കാനും കണക്കുകൂട്ടാനും പഠിച്ചു. സാഹിത്യത്തിലും കവിതയിലും കമ്പമുള്ള കുട്ടി. ജോൺബനി

യന്റെ *തീർഥാടകരുടെ പുരോയാനം* എന്ന കാവ്യം മുഴുവൻ കാണാപ്പാഠമാക്കി. പിതാവു മരിച്ചതോടെ ജോലി അത്യാവശ്യമായി. അതിന്റെ ഭാഗമായി വൈദ്യന്റെ അപ്പോത്തിക്കിരിയായി. അതിന്റെ ഭാഗമായും ഒരയൽക്കാരന്റെ സ്വാധീനത്തിലും രസതന്ത്രം പഠിക്കാൻ തുടങ്ങി. പുസ്തകങ്ങൾ വായിച്ചും അതിലെ പരീക്ഷണങ്ങൾ സ്വയം ചെയ്തു നോക്കിയും ഒട്ടേറെ മുമ്പോട്ടുപോയി.

സെന്റ് ബാർത്തോലൊമ്യൊ ഹോസ്പിറ്റലിലെ രാസ ശാസ്ത്രവിദഗ്ധനുമായി ഉണ്ടായ പരിചയം കൂടുതൽ അവസരങ്ങൾ ലഭ്യമാക്കി. തന്റെ പരീക്ഷണശാല സ്വതന്ത്രമായി ഉപയോഗിക്കാൻ സ്വാതന്ത്ര്യം നൽകി. കുറേക്കഴിഞ്ഞ് ബ്രിസ്റ്റോളിൽ ഒരു സ്ഥാനം, ഡേവിയെ വാതക പരിശോധകനായി നിയമിച്ചു. ജോലിയുടെ ഭാഗമായി മണത്തും രുചിച്ചും വാതകങ്ങൾ പരിശോധിക്കേണ്ടിവരും. അങ്ങനെയൊരു വാതകം മണത്ത് ഡേവിനിർത്താതെ ചിരിക്കാൻ തുടങ്ങി. പൊതുവെ ഗൗരവക്കാരനായ ആ ചെറുപ്പക്കാരൻ ചിരിനിർത്താതെ ലാബിലും പരിസരങ്ങളിലും ഓടിനടക്കുന്നതാണ് പിന്നീടുകണ്ടത്. ഏതോ വാതകം കൂടിയ അളവിൽ ശ്വസിച്ചു പോയതിന്റെ അനന്തരഫലം! നൈട്രസ് ഓക്സൈഡ് ആണ് അതെന്നു താമസിയാതെ മനസിലായി. ലാഫിങ് ഗ്യാസ് എന്ന് അതിനു പേരു വീണത് ഈ സംഭവത്തിനു ശേഷമാണ്. കെമിസ്ട്രിയിലെ ഏതു വൃത്താന്തം പുറത്തുവന്നാലും അത് ഏറെ ശ്രദ്ധയാകർഷിക്കുന്ന കാലമാണ്. ചിരിവാതകത്തെക്കുറിച്ചു കേട്ടറിഞ്ഞ് ധാരാളമാളുകൾ ഡേവിയുടെ തൊഴിൽ ശാലയിലെത്തി. ചിരിവാതകത്തിന്റെ രസമറിഞ്ഞ് അക്കാലത്ത് വന്ദ്യവയോധികനായിക്കഴിഞ്ഞിരുന്ന മഹാകവി കൊളറിഡ്ജുപോലും ഡേവിയുടെ ലാബിലെത്തി ചിരിവാതകംശ്വസിച്ച് നിർത്താതെ ചിരിച്ചത്രെ! ഡേവി അക്കാലത്ത് ഒരു ചെറുകിട കവിയെന്നനിലയിലും പ്രസിദ്ധനായിരുന്നു. രസതന്ത്രജ്ഞനാകാതിരുന്നെങ്കിൽ ഇയാൾ കവിയായി അനശ്വര കീർത്തിനേടുമായിരുന്നെന്ന് മഹാകവി പറയുകയുണ്ടായി.

നൈട്രസ് വാതകം ബോധം കെടുത്താൻ ഉപയോഗിക്കാമെന്നു ഡേവി കണ്ടെത്തി. താമസിയാതെ ഡേവി റോയൽ സൊസൈറ്റിയിൽ കെമിസ്ട്രി അധ്യാപകനായി നിയമിതനായി. അഞ്ചുവർഷംകൊണ്ട് പ്രൊഫസർ സ്ഥാനത്തേക്കുയർന്നു. കൂടുതൽ സ്ഥാനമാനങ്ങൾ തേടിയെത്തി. ഇരുപത്തിയേഴാം വയസിൽ ഡേവി ആ മഹാസ്ഥാപനത്തിന്റെ ഡയറക്ടർ പദവിയിൽ എത്തിച്ചേർന്നു.

അലസാൻ ഡ്രൊ വോൾട്ട എന്ന ഇറ്റലിക്കാരൻ വോൾട്ടാസെൽ നിർമിച്ച് വൈദ്യുതിയുണ്ടാക്കിയത് അക്കാലത്തെ ഒരു വലിയ സംഭവമാണ്. വെള്ളി, നാകം എന്നിവയുടെ ഓരോ തകിട് ലവണലായനിയിൽ വച്ച് രണ്ടിനേയും ഒരു ചെമ്പുകമ്പികൊണ്ട് യോജിപ്പിച്ചപ്പോൾ കമ്പിയിലൂടെ വൈദ്യുതി പ്രവഹിച്ചു. പരീക്ഷണം വേഗം തിരിച്ചറിഞ്ഞു. ഇതോടെ അദ്ദേഹം വൈദ്യുത രസതന്ത്രത്തിലേക്കു തിരിഞ്ഞു. ഡേവിയെ ലോക പ്രശസ്തനാക്കി മാറ്റിയത് ഈ മേഖലയിലെ കണ്ടുപിടിത്തങ്ങളാണ്.

ജലത്തെ വൈദ്യുത വിശ്ലേഷണം വഴി ഹൈഡ്രജനും ഓക്സിജനുമായി തിരിക്കാമെന്ന് പ്രീസ്റ്റ്ലിയുടെ കാലം മുതൽക്കേ അറിയാമായിരുന്നല്ലോ. അങ്ങനെയെങ്കിൽ മറ്റു ദ്രവങ്ങളേയും ആ രീതിയിൽ ഘടകങ്ങളായി വേർതിരിക്കാൻ കഴിയേണ്ടതല്ലേ? പരീക്ഷിച്ചറിയാൽ ഡേവി തീരുമാനിച്ചു. ആദ്യം തെരഞ്ഞെടുത്തത് കടൽവെള്ളമാണ്. അതിലെ ലവണങ്ങൾ വേർതിരിഞ്ഞു കിട്ടുമോ എന്നതായി അന്വേഷണം. വോൾട്ടാ സെൽ ഉപയോഗിച്ച് വൈദ്യുതിയുണ്ടാക്കി കടൽജലത്തിലൂടെ കടത്തിവിട്ടു. നൂറ്റൻപതോളം സെല്ലുകൾ നിരനിരയായി ക്രമീകരിച്ച് ആവശ്യമായ വോൾട്ടതയിൽ കറണ്ടുണ്ടാക്കാൻ കഴിഞ്ഞു. പരീക്ഷണം സെറ്റുചെയ്തു ഏറെനേരം കാത്തിരിക്കേണ്ടിവന്നു. ബാറ്ററിയുടെ ദക്ഷിണധ്രുവത്തിൽ വെള്ളിപോലെ തിളക്കമുള്ള ഒരുപദാർഥം ഉരുണ്ടുകൂടുന്നതും അടുത്ത നിമിഷം തന്നെ അത് തീപിടിച്ച് കത്തിത്തീരുന്നതും കണ്ടു. സന്തോഷാതിരേകത്താൽ ഡേവി നൃത്തം ചെയ്തു. വെള്ളിപോലുള്ള ആ വസ്തു സോഡിയമായിരുന്നു.

ഉരുക്കിയ പൊട്ടാഷിലൂടെ വൈദ്യുതിപായിച്ചപ്പോൾ പൊട്ടാഷ്യം കിട്ടി. അടുത്തവർഷം സോഡാക്കാരത്തിൽ നിന്നും സോഡിയം വേർതിരിച്ചു. വെറും രണ്ടുകൊല്ലത്തിനകം പൊട്ടാസ്യം, സോഡിയം, കാത്സ്യം, മെഗ്നീഷ്യം, സ്ടോൺഷ്യം, ബേരിയം എന്നിങ്ങനെ ആറ് ലോഹമൂലകങ്ങൾ കണ്ടുപിടിച്ചു. ലോഹ വ്യവസായത്തിൽ വൈദ്യുത വിശ്ലേഷണത്തിനുള്ള പ്രാധാന്യം തിരിച്ചറിഞ്ഞു.

കഠിനാധ്വാനം ഡേവിയെ രോഗിയാക്കി. അദ്ദേഹം കിടപ്പിലായി. വാർത്ത കാട്ടുതീപോലെ നാടെങ്ങും പരന്നു. സുഖപ്രാപ്തിക്കായി എങ്ങും പ്രാർഥനാ ചടങ്ങുകൾ നടന്നു. സുഖവിവരമന്വേഷിച്ച് സാധാരണക്കാർ പോലും വസതിക്കുമുമ്പിൽ തിക്കിത്തിരക്കി. ഡേവി പരസ്യമായി നടത്തിയ രാസപരീക്ഷണങ്ങളും മറ്റും അദ്ദേഹത്തെ താരപദവിയിലേക്കുയർത്തിയിരുന്നു. ടിക്കറ്റു വച്ചു നടത്തിയ പ്രഭാഷണങ്ങൾ കേൾക്കാൻ ഹാളിൽ സ്ഥലം കിട്ടാതെ സഹൃദയർ തിരിച്ചു പോകാറുണ്ടായിരുന്നു. ചെറുപ്പക്കാർ ഡേവിയുടെ ശരീരഭാഷ അനുകരിച്ചു നടന്നു. അത്യന്തം ആകർഷകമായ തന്റെ പ്രഭാഷണരീതിയാണ് കഥാനായകന് അത്രയേറെ ആരാധകരെ ഉണ്ടാക്കിക്കൊടുത്തത്. ശാസ്ത്ര പ്രഭാഷണങ്ങളെ അദ്ദേഹം ജനകീയതലത്തിലേക്കുയർത്തുകയും ചെയ്തു.

ചെറുപ്പത്തിലേ ലഭ്യമായ സ്ഥാനമാനങ്ങളും പദവികളും ഡേവിയുടെ വ്യക്തിജീവിതത്തിലും സ്വാധീനം ചെലുത്തി. ദരിദ്ര കുടുംബത്തിൽ ജനിച്ചു വളർന്നയാൾ വരേണ്യസമൂഹത്തിന്റെ രീതികൾ സ്വായത്തമാക്കാൻ നിർബന്ധിതനായി. പണക്കാരിയും ഉന്നതകുലജാതയും പൊങ്ങച്ചക്കാരിയുമായ ഒരു വിധവയെ വിവാഹം ചെയ്യേണ്ടിവന്നതും ഇതിനു കാരണമായി. നരകതുല്യമായിരുന്നു പലപ്പോഴും അവരോടൊത്തുള്ള ജീവിതം. പിന്നീട് ഡേവിയുടെ ശിഷ്യനും സഹായിയുമായ മൈക്കൽ ഫാരഡെക്കും ഈ സ്ത്രീയിൽ നിന്ന് ഒട്ടേറെ കൈപ്പേറിയ അനുഭവങ്ങൾ ഉണ്ടായി.

അതിനിടെ, രാസസംയോജനവും രാസവസ്തുക്കളുടെ വൈദ്യുത ചാർജും തമ്മിൽ ബന്ധമുണ്ടെന്നും ഡേവി കണ്ടുപിടിച്ചു. ഇതിനു ശേഷമാണ് മ്യൂറിയാറ്റിക്ക് അമ്ലം ഉപയോഗിച്ചുള്ള പ്രസിദ്ധപരീക്ഷണം നടന്നത്. ഹൈഡ്രോക്ലോറിക്ക് അമ്ലം ഈ പേരിലാണ് അന്ന് അറിയപ്പെട്ടിരുന്നത്.

എല്ലാ അമ്ലങ്ങളിലും ഓക്സിജൻ ഉണ്ടെന്നല്ലേ ലവൊസ്യെ പറഞ്ഞത്? ഹൈഡ്രോക്ലോറിക്ക് അമ്ലത്തിൽപ്പോലും ഉണ്ടെന്ന് അങ്ങോർ കരുതി. ക്ലോറിൻ നിർമിക്കാൻ ഹൈഡ്രോക്ലോറിക്ക് അമ്ലം ഉപയോഗിച്ചു പോന്നു. അതിനുവേണ്ടി അമ്ലത്തെ ഓക്സിജൻ അടങ്ങിയ ഒരു രാസവസ്തുവുമായി സംയോജിക്കുന്നു. വസ്തുവിൽ ഓക്സിജൻ ഉണ്ടെന്ന് അത്രശ്രദ്ധിച്ചിരുന്നില്ല. അതുകൊണ്ട് ഈ രാസപ്രവർത്തനംവഴി ഓക്സിജൻ ഉണ്ടായാൽ അത് ക്ലോറിന്റെ ഭാഗമായി അമ്ലത്തിൽനിന്നു വന്നതാണെന്നു വിശ്വസിച്ചു. ക്ലോറിന് അന്നുപേർ മ്യൂറിയാറ്റിക്ക് അമ്ലവാതകം എന്നായിരിക്കാൻ ഇതാണ് കാരണം. ഈ ധാരണ തിരുത്തി ക്ലോറിൻ വാതകമാണെന്നു ഡേവി തെളിയിച്ചു; ഹൈഡ്രൊ ക്ലോറിക്ക് അമ്ലത്തിൽ ഓക്സിജൻ ഇല്ലെന്നും. നിറത്തെ അടിസ്ഥാനമാക്കി 'ക്ലോറിക്ക് വാതകം' അഥവാ ക്ലോറിൻ എന്നു നാമകരണവും ചെയ്തു.

ഫ്രാൻസിലെ നെപ്പോളിയൻ ചക്രവർത്തി ദിഗ്വിജയിയായി മുന്നേറുന്ന കാലം. ഫ്രാൻസും ഇംഗ്ലണ്ടും ബദ്ധശത്രുക്കളായിരുന്നെന്നറിയാമല്ലോ. മഹാനായ ഹംഫ്രി ഡേവിയെ ആദരിക്കാൻ ചക്രവർത്തി പക്ഷേ, ഒട്ടും മടികാട്ടിയില്ല. ശാസ്ത്രത്തിന് രാജ്യാതിർത്തികളോ ശത്രുക്കളോ ബാധകമല്ലെന്ന് അദ്ദേഹം പറഞ്ഞു. യൂറോപ്യൻ പര്യടനത്തിന്റെ ഭാഗമായി ഡേവി ഫ്രാൻസിലും സ്വീകരണങ്ങൾ ഏറ്റുവാങ്ങി. നെപ്പോളിയനെപ്പോലെ ദിഗ്വിജയിയായി മഹാനായ ശാസ്ത്രജ്ഞനും മുന്നേറി. ഡേവിയോടൊപ്പം അന്ന് പയ്യനായ ഫാരഡെയുമുണ്ട്.

1814 ൽ ഫ്രാൻസിലായിരിക്കെ അയഡിൻ മൂലകമാണെന്ന് ഡേവി തെളിയിച്ചു.

ഡേവിയുടെ മറ്റൊരു മഹത്തായസംഭാവന 'ഡേവിയുടെ രക്ഷാദീപം' എന്ന ഉപകരണമാണ്. കൽക്കരി ഖനികളിലെ അപകട സാധ്യത മുൻകൂട്ടി കണ്ടുപിടിക്കാൻ രക്ഷാദീപം ഉപയോഗിച്ചു പോന്നു. വിഷവാതകം ശ്വസിച്ച് ധാരാളം ഖനിത്തൊഴിലാളികൾ അക്കാലത്ത് മരിക്കാറുണ്ടായിരുന്നു. ആ നിലയിൽ രക്ഷാദീപത്തിന്റെ കണ്ടുപിടിത്തം മികച്ച രാഷ്ട്രസേവനമായി വാഴ്ത്തപ്പെട്ടു. നിർമാണാവകാശം (പേറ്റന്റ്) വേണ്ടെന്നുവച്ച് രക്ഷാദീപം പൊതുജനങ്ങൾക്കായി സമർപ്പിക്കുകയാണുണ്ടായത്. രസതന്ത്രസഹായത്താൽ കൃഷിമെച്ചപ്പെടുത്തുന്നതിനുള്ള മാർഗനിർദേശങ്ങളും അക്കാലം സർക്കാരിനുസമർപ്പിക്കുകയുണ്ടായി. ഇംഗ്ലണ്ടിലെ ആസ്ഥാന ശാസ്ത്രജ്ഞൻ എന്ന ഉൽക്കൃഷ്ട പദവി ഡേവിയെ തേടിയെത്തി.

പലതരം വിചിത്ര സ്വഭാവരീതികളുടെ ഉടമകൂടിയായിരുന്നു തന്റെ

വന്ദ്യഗുരുനാഥനെന്ന് ഫാരഡെ ഓർക്കുന്നു. അങ്ങേയറ്റം അന്തസ്സോടെ പെരുമാറുന്ന മാന്യൻ. കവി. സ്വപ്നജീവി. മഹാശാസ്ത്രജ്ഞൻ. എന്നാൽ ഒരു ശാസ്ത്രജ്ഞനു വേണ്ട അടുക്കോ ചിട്ടയോ ഒന്നും വ്യക്തിജീവിതത്തിൽ കാണില്ല. ലാബിനകത്താകട്ടെ, എല്ലാം കൃത്യം! ഇത്രവലിയ ആളായിട്ടും മറ്റുള്ളവരുടെ നിസ്സാര വിജയങ്ങളിൽപ്പോലും ഏറെ അസ്വസ്ഥനാകും. അസൂയയും കുശുമ്പും കാണിക്കും. വളച്ചുകെട്ടില്ലാതെ അത് പ്രദർശിപ്പിക്കുകയും ചെയ്യും. ഫാരഡെ ഏറെ ഉയരത്തിൽ എത്തിയ ശേഷവും നിസ്സാര കാര്യങ്ങൾക്ക് ഏറ്റുമുട്ടുമായിരുന്നു. ഇതൊക്കെയാണെങ്കിലും ഉള്ളിന്റെ ഉള്ളിൽ അങ്ങേയറ്റത്തെ സ്നേഹവായ്പ്പ്. കനിവ്. നിസ്വാർഥത. ഒരു ബുക്ക് ബൈൻഡറുടെ കീഴിൽ അദ്ദേഹം ജോലി നോക്കിയിരുന്നു. മൈക്കിൾ ഫാരഡെ എന്ന പാവം കുട്ടി ഡേവിയെപ്പോലെതന്നെ മഹാ ശാസ്ത്രജ്ഞനായി ഉയർന്നത് ഡേവിയുടെ കാരുണ്യംകൊണ്ടും കൂടിയാണ്. പലപ്പോഴും ഫാരഡെയെ തന്റെ പ്രതിയോഗിയായി കണ്ട് അകറ്റിനിർത്തിയിട്ടുണ്ട്. അതേസമയം ശിഷ്യനെച്ചൊല്ലി അങ്ങേയറ്റം അഭിമാനംകൊള്ളുകയും ചെയ്തു.

തന്റെ എല്ലാ കണ്ടുപിടിത്തങ്ങളിലും വച്ച് ഏറ്റവും വലുത് ഫാരഡെ ആണെന്ന ഡേവിയുടെ വചനം സുപ്രസിദ്ധമാണ്.

പയ്യനായിരിക്കെ ഫാരഡെ ഡേവിറോയൽ ഇൻസ്റ്റിറ്റ്യൂഷനിൽ നടത്തിയ പ്രഭാഷണങ്ങൾ ശ്രദ്ധിക്കാറുണ്ടായിരുന്നത്രെ. ഈ പ്രസാഗങ്ങൾ കുറിച്ചെടുത്ത് സംഗ്രഹം ഭംഗിയുള്ള കൈപ്പടയിൽ എഴുതി വൃത്തിയായി ബൈൻഡുചെയ്ത് ഡേവിക്ക് സമർപ്പിക്കുകയും ചെയ്തു. താമസിയാതെ ഡേവി പയ്യനെ തന്റെ സഹായിയായി ലാബിൽ നിയമിച്ചു. ഉപകരണങ്ങൾ ഘടിപ്പിച്ചും കഴുകിയും ഫാരഡെ വളർന്നു. ഒരുപക്ഷേ, ഗുരുവിനേക്കാൾ മികച്ച ശാസ്ത്രജ്ഞനായി.

1820 ൽ നാൽപ്പത്തിരണ്ടാം വയസിൽ പക്ഷവാതം പിടിപെട്ട് ഡേവി മരിച്ചു. ഷീലേക്കു സംഭവിച്ചതുതന്നെയാണ് ഇദ്ദേഹത്തിനും സംഭവിച്ചത്. രാസവസ്തുക്കൾ മണത്തും രുചിച്ചും നിത്യ രോഗിയാവുകയായിരുന്നു. മുപ്പത്തിമൂന്നാം വയസുതൊട്ട് ആരോഗ്യം താറുമാറായി. ചികിത്സയോ വിശ്രമമോ ഉല്ലാസയാത്രകളോ ഒന്നും ഫലം ചെയ്തില്ല.

11

ബെർസീലിയസ്: രസതന്ത്രഭാഷയുടെ ശിൽപ്പി

ബെർസീലിയസ്

വോൾട്ടയുടെ വൈദ്യുതസെല്ലിൽനിന്ന് പ്രചോദനമുൾക്കൊണ്ട് കണ്ടുപിടിത്തം നടത്തിയ മറ്റൊരു വിഖ്യാത ശാസ്ത്രജ്ഞന്റെ കഥയാണിത്. പേര് ജോൺ ജേക്കബ് ബെർസിലിയസ്. മൂലകങ്ങളെ സൂചിപ്പിക്കാൻ എളുപ്പമുള്ളതും അർഥമുള്ളതുമായ പുതിയ പ്രതീകങ്ങൾ കണ്ടെത്തിയത് ഇദ്ദേഹമാണ്.

ബർസീലിയസ് ഡേവിയുടേയും ഡാൽട്ടന്റെയും സമകാലികനാണ്. ജനനം സ്വീഡനിൽ. രസതന്ത്രത്തോടുള്ള സമീപനരീതിയിൽ തന്നെ മൗലികമായമാറ്റം വരുത്തി ആ ശാസ്ത്രശാഖയെ മഹത്വവൽക്കരിച്ചു.

ലവൊസ്യെ ഫ്ളോജിസ്റ്റൻ സിദ്ധാന്തത്തെ തകർത്തത് ഒരു നാഴികക്കല്ലാണെന്ന് നാം കണ്ടല്ലോ. ഈ അടിത്തറയ്ക്കുമേൽ ജോൺ ഡാൽട്ടൺ അണുസിദ്ധാന്തമെന്ന നെടുംതൂൺ കെട്ടിപ്പൊക്കി. അക്കാലത്തെ മറ്റൊരു നെടുംതൂണ് ബർസീലിയസും പണിതുയർത്തി.

ബെർസീലിയസ് രസതന്ത്രമേഖലയിലേക്ക് കടന്നുവന്നകാലത്ത്

രസതന്ത്രഭാഷയുടെ സ്ഥിതി എന്തായിരുന്നുവെന്നോ? കടിച്ചാൽ പൊട്ടാത്ത പഴയലാറ്റിൻ പേരിലൊക്കെ ലവൊസ്യെയെപ്പോലുള്ളവർ മാറ്റം വരുത്തിയിരുന്നു. എന്നാലും എല്ലാക്കാര്യങ്ങളും വേണ്ടത്ര ലളിതമാണെന്നു പറയാനാവുമായിരുന്നില്ല. രാസഭാഷയുടെ ഭാഗമായി പഴയ ആൽക്കെമിസ്റ്റുകൾ ചില പ്രതീകങ്ങളൊക്ക ഉപയോഗിച്ചിരുന്നു. വിചിത്രങ്ങളെന്നു പറയാവുന്ന ചില ചിത്ര ലിഖിതങ്ങൾ. പലതും അത് എഴുതിയവർക്കേ മനസിലാവൂ. അഥവാ അത്രയും മനസിരുത്തി പഠിക്കണം. നോക്കൂ, $\overset{S}{\vee}$ എന്തുമനസിലായി? ചാരായം എന്നു സൂചിപ്പിക്കുന്ന പ്രതീകമാണിത്.

☞ ഇങ്ങനെ വരച്ചു കണ്ടാൽ 'ബോറാക്സ്' ആണെന്നു മനസിലാക്കാം. □ = സോപ്പ് 0—0 = ഗ്ലാസ്. △ കളിമണ്ണാണ്!

അലോസരംപിടിച്ച ഈ രീതിയൊന്നുമാറ്റിയെടുക്കാൻ ആരെല്ലാം എന്തെല്ലാം ചെയ്തു! ഒരു ഫലവുമുണ്ടായില്ല. എല്ലാവർക്കും സ്വീകാര്യമാവണ്ടേ? ഒന്നുശരിയാവുമ്പോൾ മറ്റൊന്ന് പ്രശ്നം സൃഷ്ടിക്കും. അങ്ങനെ പ്രതീകപരിഷ്കരണയത്നങ്ങൾ വഴിമുട്ടി. ആ സമയത്താണ് ബെർസീലിയസിന്റെ രംഗപ്രവേശനം.

ബെർസീലിയസിനു മുമ്പ് ഈ രംഗത്തെ പ്രധാന പരിശ്രമി ഓൾഫ് ബർമാൻ എന്നയാളായിരുന്നു. ഗ്രീക്ക് ഇതിഹാസത്തെ രസതന്ത്രവുമായി കൂട്ടിക്കുഴച്ചു, ഈ വിദ്വാൻ. വെള്ളിയെ സൂചിപ്പിക്കാൻ ചന്ദ്രക്കല. ശനിദേവന്റെ അരിവാൾ കാരീയത്തിനുപകരം വച്ചു. മാർസ് ദേവന്റെ പരിചയും കുന്തവും ഇരുമ്പിന്റെ പ്രതീകമാക്കി. വീനസിന്റെ മുഖകണ്ണാടി പരിഷ്കരിച്ച് ചെമ്പിനു പകരമാക്കി. ഇതാ, ഇങ്ങനെ: ♀ യൗഗികങ്ങളെ കുറിക്കുന്ന ചില ചിത്രപ്രതീകങ്ങളും ഇദ്ദേഹം ഉണ്ടാക്കി. ഉദാഹരണമായി; ⊕ എന്നു കണ്ടാൽ അത് H_2 So_4 ആണെന്നു മനസിലാക്കിക്കൊള്ളണം!

ലാറ്റിനിലും ഗ്രീക്കിലുമുള്ള പേരുകളുടെ ആദ്യക്ഷരം വൃത്തത്തിനകത്താക്കി എഴുതുന്നസമ്പ്രദായം പാരീസിലെ സയൻസ് അക്കാദമിയാണ് നടപ്പിലാക്കിയത്. പൊട്ടാസ്യം. ലോഹങ്ങളെ മാത്രം ഈ രീതിയിൽ സൂചിപ്പിച്ചു. ഹൈഡ്രജൻ, കാർബൺ, സൾഫർ, ഫോസ്ഫറസ് എന്നീ മൂലകങ്ങൾ ജ്വലന സ്വഭാവമുള്ള അലോഹവസ്തുക്കളാണ്. നാലു വ്യത്യസ്ത ദിശകളിലേക്കുള്ള അർധവൃത്തങ്ങൾ ഇവയെ സൂചിപ്പിക്കാൻ ഉപയോഗിച്ചു. പക്ഷേ, എല്ലാവർക്കും ചിത്രകാരനാവാൻ കഴിയുമോ? പാരീസ് അക്കാദമി നടപ്പിലാക്കിയ സമ്പ്രദായത്തിലെ ലാറ്റിൻ ഗ്രീക്കു പേരുകളുടെ ആദ്യാക്ഷരങ്ങളിൽ ബെർസീലിയസിന്റെ മനസ്സ് ഉടക്കി.

എന്തുകൊണ്ട് ഇംഗ്ലീഷ് പേരുകളുടെ ആദ്യാക്ഷരങ്ങളും ഈ രീതിയിൽ ഉപയോഗിച്ചു കൂടാ? രണ്ടുപേരുകൾ ഒരേ ഇംഗ്ലീഷ് അക്ഷരത്തിൽ തുടങ്ങുമ്പോൾ എന്തുചെയ്യും? വഴിയുണ്ട്. ഒന്നിന്റെ സ്ഥാനത്ത് ലാറ്റിനോ ഗ്രീക്കോ ഉപയോഗിക്കാം. എന്നിട്ടും പ്രശ്നം തീരുന്നില്ലെങ്കിൽ രണ്ടാമത്തെ അക്ഷരവും ഉപയോഗപ്പെടുത്താം.

സൾഫറിന് പ്രതീകം 's' സോഡിയത്തിന് Na (Natum) സിൽവറിന് Ag (Argentum) മൂന്നും 's' ൽ തുടങ്ങുന്ന മൂലകങ്ങൾ ആകുമ്പോൾ അതേ വഴിയുള്ളൂ. ഇങ്ങനെ ഇന്ന് നാമുപയോഗിക്കുന്ന മൂലകങ്ങളുടെ പ്രതീകങ്ങൾ ആദ്യം വിരിഞ്ഞത് ബെർസീലസിന്റെ ഭാവനയിലാണ്.

നിരന്തരമായ പട്ടിണിയുടെയും പീഡനത്തിന്റെയും തുടർക്കഥയാണ് ബെർസീലിയസിന്റെ ബാല്യകാലജീവിതം. അച്ഛൻ ചെറുപ്പത്തിലേ മരിച്ചു. അമ്മയുടെ രണ്ടാം ഭർത്താവായിവന്ന നീചൻ സ്കൂളിലയക്കാതെ കഠിനമായി പണിയെടുപ്പിച്ച് കഷ്ടപ്പെടുത്തി. ഒരു ഉരുളക്കിഴങ്ങു പുരയുടെ തറയിൽ പുതപ്പോ വിരിപ്പോ ഇല്ലാതെ തണുത്തുമരവിച്ച് ഉറക്കമില്ലാതെ കിടക്കേണ്ടിവന്ന രാത്രികാലങ്ങൾ ഒരിക്കലും മറക്കാനാവില്ല. എങ്ങനെയെങ്കിലും വിദ്യാഭ്യാസം നേടണമെന്ന ഒറ്റയാഗ്രഹമേ ഉണ്ടായിരുന്നുള്ളൂ; അക്കാലത്ത്. ഒരുദിവസം ആരോരുമറിയാതെ രക്ഷപ്പെട്ടു. എങ്ങോട്ടെന്നില്ലാതെ നടന്നു. മറ്റൊരുനാട്ടിലെത്തി എഴുത്തുശാലയിൽ ചേർന്നു. പണിയെടുത്ത് പഠിച്ചു. അച്ഛനും മുത്തച്ഛനും പാതിരിമാരായിരുന്നു എന്നു കേട്ടിട്ടുണ്ട്. ആ രീതിയിലുള്ള പഠനം വേണ്ടെന്ന് കുട്ടിക്കാലത്തേ നിശ്ചയിച്ചു. പ്രകൃതിയിലെ വൈചിത്ര്യങ്ങളോട് വല്ലാത്ത ഒരാകർഷണമായിരുന്നു ആ കുട്ടിക്ക്. സ്കൂളിൽനിന്നു പഠിക്കുന്നതിലുമേറെ പ്രകൃതിയിൽനിന്നു പഠിക്കാനാകുമെന്ന് താമസിയാതെ അറിഞ്ഞു. കുന്നും മലയും കയറിയിറങ്ങി. പുഴകൾ താണ്ടി. വനങ്ങളിൽ ഒറ്റയ്ക്കു ചുറ്റി നടന്നു. പക്ഷികളെ പിടിച്ചും പൂമ്പാറ്റകളെ ശേഖരിച്ചും ബയോളജി മാഷിന്റെ കണ്ണിലുണ്ണിയായി. സ്കൂളിലെ അലമാരകൾ 'സ്റ്റഫു ചെയ്തു' വൃത്തിയാക്കിയ നാനാതരം ജന്തുക്കളെ കൊണ്ടു നിറച്ചു.

പ്രകൃതിയെക്കുറിച്ചു പഠിക്കാൻ അന്ന് അതൊക്കെയായിരുന്നു രീതികൾ. ജീവികളെ പിടിക്കലും കൊല്ലലുമെല്ലാം അനുവദിച്ചിരുന്നു. പഠനപ്രവർത്തനങ്ങളുടെ ഭാഗമായി നായാട്ടും തുടങ്ങി. ഹെഡ്മാസ്റ്റർ അറിയാതെ തോക്കു സമ്പാദിച്ചു. ട്യൂഷൻ കൊടുക്കാറുള്ള രണ്ടു കൊച്ചു ശിഷ്യരെ ഒരുദിവസം അവരുടെ അമ്മയറിയാതെ നായാട്ടിനു കൊണ്ടുപോയി പ്രശ്നമുണ്ടാക്കി. ഗുരുവിന്റെ വെടി ഉന്നംപിഴച്ച് ശിഷ്യരിലൊരാളെ വീഴ്ത്തിയത് വീട്ടിലും സ്കൂളിലുമറിഞ്ഞു. ഭാഗ്യംകൊണ്ട് ജീവന് അപകടമൊന്നും ഉണ്ടായില്ല. എങ്കിലും ഹെഡ്മാസ്റ്റർ ശിക്ഷിച്ചു. ബയോളജിമാസ്റ്ററുടെ ഇടപെടൽകൊണ്ടുമാത്രം പുറത്താവാതെ രക്ഷപ്പെട്ടു.

ഫൈനൽ പരീക്ഷയ്ക്ക് ഒരുവിധം നന്നായി പഠിച്ചെങ്കിലും തോറ്റുപോയി. അടുത്ത ചാൻസ് വേണ്ടവിധം പ്രയോജനപ്പെടുത്തി ജയിച്ചുകയറി. ആയിടെ ചില രസതന്ത്രപുസ്തകങ്ങൾ വായിക്കാനിടയായതോടെ

ബയോളജിയിലെ കമ്പം കുറഞ്ഞു. മൃഗവേട്ടയും ചുറ്റിത്തിരിയലും ഉപേക്ഷിച്ച് പരീക്ഷണങ്ങളിൽ കൂടുതൽ ശ്രദ്ധവെക്കാൻ തുടങ്ങി. ആ സമയമായപ്പോഴേക്കും കോളേജിൽ ശാസ്ത്രവിദ്യാർഥിയെന്ന നിലയിൽ ചില അധ്യാപകരുടെയെങ്കിലും പ്രീതിനേടിക്കഴിഞ്ഞിരുന്നു.

കോളേജ് ലബോറട്ടറി സ്വതന്ത്രമായി ഉപയോഗിക്കാൻ രസതന്ത്ര വിഭാഗം തലവന്റെ പ്രത്യേക അനുവാദം വേണം. അക്കാലത്ത് ആഴ്ചയിൽ ഒരുദിവസം മാത്രമേ വിദ്യാർഥികൾക്ക് ലാബിൽ പ്രവേശനമുണ്ടായിരുന്നുള്ളൂ. എങ്കിലും പ്രൊഫസർ വിചാരിച്ചാൽ നടക്കും. എന്നാൽ അഫ്സീലിയസ് എന്നുപേരുള്ള ആ പ്രൊഫസർ ഒരു മുരടനായിരുന്നു. എങ്കിലും ദുർമുഖം കാട്ടിയില്ല. വളഞ്ഞ ഒരു വഴിയിലൂടെ ആ കുട്ടിയെ പറഞ്ഞു വിടാൻ നോക്കി. കടുകട്ടിയായ കുറേ രസതന്ത്രപുസ്തകങ്ങൾ നൽകി അതൊക്കെ വായിച്ച് പഠിച്ച് ഹാജരാകാൻ നിർദേശിച്ചു.

ഒരാഴ്ച കഴിഞ്ഞതും ശിഷ്യൻ വീണ്ടും മുഖം കാട്ടി. പുസ്തകങ്ങൾ തിരിച്ചുകൊടുത്ത് സ്ഥലം കാലിയാക്കുമെന്നാണ് കരുതിയത്. എന്നാൽ ലാബ് ഉപയോഗിക്കാനുള്ള അനുവാദം വീണ്ടും ആവശ്യപ്പെടുകയാണ് ഉണ്ടായത്. പുസ്തകവുമായി ബന്ധപ്പെട്ട ചിലകാര്യങ്ങൾക്ക് കൃത്യമായ ഉത്തരം നൽകുകയും ചെയ്തു. അതെല്ലാം തെറ്റാണെന്ന മട്ടിൽ ഗുരുമുഖം കറുപ്പിച്ചു. തുടർന്ന് ഒരുപദേശം: "പരീക്ഷണശാലയും വീട്ടിലെ അടുക്കളയും തമ്മിലുള്ള വ്യത്യാസം ആദ്യം മനസ്സിലാക്കിവാ, എന്നിട്ടാകാം ലാബ് ഉപയോഗിക്കുന്നത്."

സുസംഘടിതമായ പരീക്ഷണശാലകൾ അന്ന് കലാലയങ്ങളിലേ ഉള്ളൂ. സാധാരണ ശാസ്ത്രജ്ഞരുടെ ലാബുകൾ അടുക്കളയേക്കാൾ കഷ്ടമായിരുന്നു. പലരും അടുക്കളയോ അതിനോടു ചേർന്ന ചായ്പ്പോ ആണ് പരീക്ഷണശാലയായി ഉപയോഗിച്ചിരുന്നത്. അടുപ്പും തീയും അരയ്ക്കാനും അരിക്കാനും പൊടിക്കാനുംവേണ്ട പാത്രങ്ങളും ഉപകരണങ്ങളും രസതന്ത്രപരീക്ഷണങ്ങൾക്കും ഉപയോഗിക്കാമല്ലോ. അതാണ് പ്രൊഫസർ അടുക്കളയുടെ കാര്യം പറഞ്ഞത്. അന്നത്തെ പ്രഗത്ഭരായ പല ശാസ്ത്രജ്ഞരും അടുക്കളയിലെ പരീക്ഷണങ്ങളിലൂടെയാണ് അനശ്വര കീർത്തിമാന്മാരായിത്തീർന്നത് എന്നത് മറ്റൊരു കാര്യം!

എന്നാൽ ശിഷ്യനുണ്ടോ തോൽവി സമ്മതിക്കുന്നു! പ്രൊഫസർക്കും മുകളിലുള്ളവരെ ചെന്നുകണ്ടു. അവരുടെ കാലുപിടിച്ചു. ചിലരുടെയെല്ലാം മനസലിഞ്ഞു. എന്നിട്ടും പക്ഷേ, അഫ്സീലിയസ് കനിഞ്ഞില്ല. അതിനും വഴികണ്ടു. ചില്ലറനാണയത്തുട്ടുകൾ കാട്ടിയപ്പോൾ ചില ലാബ് അറ്റൻഡർമാർ പ്രസാദിച്ചു. ഒഴിവുസമയം നോക്കി വന്നോളൂ. പക്ഷേ, പ്രൊഫസർ കാണരുത്, അറിയരുത്. ബെർസീലിയസ് കള്ളനെപ്പോലെ ലാബിൽക്കയറി. പരമരഹസ്യമായി പല പരീക്ഷണങ്ങളും നടത്തി. ഒരു ദിവസം നോക്കുമ്പോൾ ഇരുട്ടുമുറിയിൽ അതിനെക്കാൾ കറുകറുത്ത ഒരു മുഖം. ജ്വലിക്കുന്ന രണ്ടു കണ്ണുകൾ! പ്രൊഫസർ അഫ്സീലിയസ്! കള്ളൻ നിന്നു പരുങ്ങി. അപ്പോൾ ഗുരുപറഞ്ഞു: "ഈ ലാബിന് ശരി

യായ ഒരു പ്രവേശന കവാടമുണ്ട്. നല്ല കുട്ടികൾക്ക് ആ വഴിയേതന്നെ കടന്നുവരാം?" അഫ്സീലിയസ് ശിഷ്യനെ പരീക്ഷിക്കുകയായിരുന്നോ? ഒരുപക്ഷേ, ആ കുട്ടിയുടെ നിശ്ചയദാർഢ്യവും സ്ഥിരോത്സാഹവും കണ്ട് മനസുമാറിയതുമാകാം.

ലാബിൽ പരീക്ഷണം നടത്തിക്കൊണ്ടിരിക്കെത്തന്നെ നൈട്രസ് ഓക്സൈഡിനെക്കുറിച്ച് അയാളൊരു ഗവേഷണപ്രബന്ധം തയാറാക്കി. അഫ്സിലിയസ് അത് വായിച്ചംഗീകരിച്ച് സയൻസ് അക്കാദമിക്ക് അയച്ചുകൊടുത്തു. എന്നാൽ അതിന് അംഗീകാരം കിട്ടിയില്ല. പ്രബന്ധത്തെക്കുറിച്ച് നല്ല അഭിപ്രായമായിരുന്നു, എതിർപ്പുമുഴുവൻ ലവൊസ്യെയുടെ രാസപദാവലികൾതന്നെ ബെർസിലയസും ഉപയോഗിച്ചതിനോടായിരുന്നു.

വോൾട്ടയുടെ ലോകപ്രസിദ്ധ പരീക്ഷണം ഇറ്റലിയിൽനിന്ന് പുറത്തേക്കു വ്യാപിക്കുന്നത് ആ സമയത്താണ്. നിരവധി പ്രതിഭാശാലികളെ അതു സ്വാധീനിക്കുകയുണ്ടായെന്ന് നാം കണ്ടുകഴിഞ്ഞില്ലേ? ലവൊസ്യെയെപ്പോലെ ബെർസിലയസും അതിന്റെ വെള്ളിവെളിച്ചത്തിൽ വീണു. രാസ പദാർഥങ്ങളെ അയാൾ വൈദ്യുത വിശ്ലേഷണത്തിനു വിധേയമാക്കി പരിശോധിക്കാൻ തുടങ്ങി. മെഡിസിനു പഠിക്കുകയായിരുന്നു അക്കാലമയാൾ. മെഡിക്കൽ ഡിഗ്രിക്കായി ഈ വിഷയവുമായി ബന്ധപ്പെട്ട പ്രബന്ധം അവതരിപ്പിച്ചു. വോൾട്ടാസെൽ ഉപയോഗിച്ച് പല യൗഗികങ്ങളെയും അവയുടെ ഘടക മൂലകങ്ങളായി വേർതിരിക്കാം. ഇങ്ങനെ ചെയ്യുമ്പോൾ ലോഹങ്ങൾ എപ്പോഴും ധ്രുവത്തിൽ മാത്രം അടിഞ്ഞുകൂടുന്നു. ഇതായിരുന്നു ബെർസീലിയസ് സ്ഥിരീകരിച്ച ഒരു കണ്ടെത്തൽ. എന്നാൽ ശാസ്ത്ര വൃത്തങ്ങളിൽ ഈ അറിവ് കാര്യമായ ചലനമൊന്നും ഉണ്ടാക്കിയില്ല. പിന്നീടാണ് ഇതേകാര്യങ്ങൾ ചെയ്ത് ഡേവി പ്രശസ്തനായത്. വൈദ്യുതവിശ്ലേഷണ രസതന്ത്രത്തിൽ അജയ്യനായി മാറാൻ വോൾട്ടയുടെ സെല്ലിനോടൊപ്പം ബെർസിലിയസിന്റെ ഗവേഷണ പ്രബന്ധങ്ങളും തന്നെ സഹായിച്ചിട്ടുണ്ടെന്ന് ഡേവി തുറന്നു സമ്മതിച്ചിട്ടുണ്ട്. ഇംഗ്ലണ്ടിൽ ചെന്ന് ബെർസിലിയസ് ഡേവിയെ കാണുകയുണ്ടായി. അവിടത്തെ കടകളിൽനിന്ന് നിരവധി രാസോപകരണങ്ങളും അമൂല്യഗ്രന്ഥങ്ങളും ശേഖരിച്ച ശേഷമാണ് മടങ്ങിയത്.

ഉപസല സർവകലാശാലയിൽനിന്ന് വൈദ്യശാസ്ത്രമെടുത്ത ശേഷം ഡോക്ടറാവാതെ അദ്ദേഹം രസതന്ത്രഗേവഷണങ്ങൾക്ക് പൂർണമായും സമയം നീക്കിവെച്ചു. പത്തുവർഷംകൊണ്ട് മൂവായിരത്തോളം വൈദ്യുത വിശ്ലേഷണങ്ങൾ ഈ യുവാവ് നടത്തുകയുണ്ടായി. ഒരേതരം യൗഗികങ്ങളിൽ മൂലകങ്ങളുടെ അണുക്കൾ എപ്പോഴും ഒരേ അനുപാതക്രമത്തിൽ സംയോജിച്ചിരിക്കുമെന്ന് ഇതുവഴി സ്ഥാപിക്കാൻ കഴിഞ്ഞു. യൗഗികങ്ങളെ സംബന്ധിക്കുന്ന സ്ഥിര അനുപാതനിയമം സാധുവാണെന്ന് ഇതോടെ തെളിഞ്ഞു. പല മൂലകങ്ങളുടെയും അണു ഭാരം ഏതാണ്ട് കൃത്യമായി അദ്ദേഹം നിർണയിച്ചു. ഡാൽട്ടന്റെ അണുസിദ്ധാന്തത്തിന്

ആദ്യമായി അംഗീകാരം നൽകിയ പ്രമുഖരിൽ പ്രധാനിയാണ് ബെർസീലിയസ്. തന്റെ നിരവധി പരീക്ഷണങ്ങളെല്ലാം അണുസിദ്ധാന്തത്തെ സാധൂകരിക്കുന്നവയായിരുന്നു.

എന്നാൽ രസതന്ത്രത്തിന് അദ്ദേഹം നൽകിയ ഏറ്റവും വലിയ സംഭാവന ഇന്നുനാം പരക്കെ ഉപയോഗിച്ചുവരുന്ന രാസ പ്രതീകങ്ങൾതന്നെ. സ്വീഡനിലെ കൃഷി അക്കാദമിയുടെ ഡയറക്ടറായിരിക്കെയാണ് ഈ ഹിമാലയൻ സംരംഭത്തിന്റെ അധിക ഭാഗവും നടന്നത്.

"എഴുതാനുള്ള സൗകര്യം മുൻനിർത്തി രാസപ്രതീകങ്ങൾ അക്ഷരങ്ങൾ തന്നെയാവുന്നതാണ് ഭംഗി. പ്രതീകങ്ങൾ ഒരിക്കലും പുസ്തകങ്ങളെ വികൃതമാക്കുന്നതരത്തിലുള്ളവയാകരുത്. അതുകൊണ്ട് പ്രതീകങ്ങളായി ഞാൻ മൂലകങ്ങളുടെ ലാറ്റിൻ നാമങ്ങളാണ് ഉപയോഗിക്കാൻ പോകുന്നത്. അല്ലെങ്കിൽ ആദ്യാക്ഷരവും മറ്റൊരക്ഷരവും ചേർത്ത് പ്രതീകമാക്കാം." തുടർന്ന് ഇംഗ്ലീഷിലും ഇതേരീതി സ്വീകരിക്കുന്നതായി ഇന്നു നാം കാണുന്നു.

സ്വർണം	(Aurum) = Au
വെള്ളി	(Argentum) = Ar
ചെമ്പ്	(Cuprum) = Cu
സിലിക്കൺ	(Silicum) = Si
ആന്റിമണി	(Stibium) = Sb
ടിൻ	(Stanum) = Sn

കേവലം അക്ഷരങ്ങൾ മാത്രമാണോ പ്രതീകങ്ങൾ? അല്ല. ആദ്യത്തെ ആ വലിയ അക്ഷരം മൂലകത്തിലെ ആറ്റത്തിന്റെ എണ്ണത്തേയും സൂചിപ്പിക്കുന്നു. 'O' എന്നാൽ ഒരാറ്റം ഓക്സിജൻ എന്നർഥം.... അതായത് പ്രതീകത്തിൽ നിന്നുതന്നെ മൂലകത്തിൽ, യൗഗികത്തിൽ, അടങ്ങിയിട്ടുള്ള ആറ്റങ്ങളുടെ എണ്ണവും വായിച്ചെടുക്കാം. നോക്കൂ, O_2, O_3, Co Co_2, H_2So_4, CH_4.....C, O, H എന്നൊക്കെ എഴുതി മുകളിൽ കുത്തുകൾ ഇടുന്ന രീതിയായിരിക്കുന്നു ഘടകമൂലകങ്ങളുടെ പ്രതീകങ്ങൾ ഒന്നിച്ചെഴുതി ആറ്റങ്ങളുടെ എണ്ണം നമ്പരിട്ടു കാണിക്കുന്നതാണെന്ന് താമസിയാതെ വ്യക്തമായി. അങ്ങനെ കൊച്ചുകുട്ടികൾക്കുപോലും മനസിലാക്കാനും ഉപയോഗിക്കാനും കഴിയുംവിധം രസതന്ത്രത്തിന്റെ പ്രതീകഭാഷ അതീവ ലളിതമായി. അതിന്റെ വാക്യത്തിൽ രാസവാക്യങ്ങൾ അണുക്കളുടെയും തന്മാത്രകളുടെയും എണ്ണം വ്യക്തമാക്കുന്നരീതിയിൽ കൃത്യമായി എഴുതാമെന്നും വന്നു. നോക്കൂ, രസതന്ത്രപഠനത്തിൽ എത്ര വലിയ മാറ്റമാണ് ഈ രീതിവരുത്തിയത്!

1814 ൽ പുറത്തിറങ്ങിയ *അനൽഡ് ഓഫ് ഫിലോസഫി* വഴിയാണ് ഈ പ്രതീക ഭാഷ മുഴുക്കെ പ്രചരിച്ചത്.

എന്നാൽ ഏറ്റവും വലിയ ഒരുതമാശ കേൾക്കണോ, ഈ പ്രതീക ഭാഷയ്ക്കെതിരെ ആദ്യം വാളോങ്ങിയത് സാക്ഷാൽ ജോൺ ഡാൽട്ടൺ തന്നെയായിരുന്നു! അണുസിദ്ധാന്തത്തിന്റെ തലതൊട്ടപ്പനായ ഒരു വിഗ്ര

ഹഭഞ്ജകൻ രാസപ്രതീകരം പോലുള്ള ഒരേർപ്പാടിന്റെ സാധുതയെ ചോദ്യം ചെയ്യുക, അദ്ദേഹംതന്നെ അറിവുനൽകിയ അണുക്കളുടെ എണ്ണം രേഖപ്പെടുത്തുന്ന രീതിയെ പരിഹസിക്കുന്നു. ഈ ശാസ്ത്രപ്രതിഭകളുടെ ഓരോ രീതികൾ, അല്ലാതെ എന്തു പറയാൻ?

എന്നാൽ എതിർപ്പുകൾ അതിന്റെ വഴിയേ പോയി. ബെർസീലിയസ് തന്റെ വഴിക്കും. രസതന്ത്രലോകം ആ വഴി പിൻതുടരാൻതന്നെ തീരുമാനിക്കുകയും പുതിയ പ്രതീക ഭാഷയെ പ്രോത്സാഹിപ്പിക്കുകയും ചെയ്തു.

പല മൂലകങ്ങളുടെയും അറ്റോമിക ഭാരങ്ങൾ നിർണയിക്കുമ്പോൾ ഡാൽട്ടനു സംഭവിച്ച അബദ്ധങ്ങളും അപൂർണതകളും ബെർസീലിയസ് നിഷ്കൃഷ്ട പരീക്ഷണങ്ങളിലൂടെ തിരുത്തിക്കുറിച്ചു. ഇതിനായി ചെയ്യേണ്ടിവന്ന കഠിനാധ്വാനം വിവരണാതീതമാണ്. പലപ്പോഴും ശുദ്ധമൂലകങ്ങൾ കിട്ടില്ല. ശുദ്ധിയാക്കിയെടുക്കാൻ പ്രത്യേക ഉപകരണങ്ങൾ വേണം. മാസങ്ങളോളം കഠിനമായി അധ്വാനിക്കണം. താങ്ങാനാവാത്ത പണച്ചെലവ്. പണമുണ്ടായാലും ആവശ്യത്തിന് ഉപകരണങ്ങൾ കണ്ടെത്താനുള്ള പ്രയാസം. എല്ലാംകൊണ്ടും ഏറെക്കാലം കഷ്ടപ്പെട്ടു. സർവസുഖങ്ങളും ഉപേക്ഷിച്ച് ലാബിലും എഴുത്തു മുറിയിലുമായി സമയം ചെലവഴിക്കേണ്ടിവന്നു. ഈ രീതിയിൽ രണ്ടായിരത്തോളം രാസവസ്തുക്കളുടെ ഘടന ബെർസീലിയസ് അപഗ്രഥിച്ചറിഞ്ഞു. അന്ന് അറിയപ്പെട്ടിരുന്ന അൻപതുമൂലകങ്ങളുടെ അണുഭാരം ഏതാണ്ട് കുറ്റമറ്റ രീതിയിൽ തന്നെ കണ്ടുപിടിച്ചു.

അറിവുതേടിയുള്ള അന്വേഷണത്തിന്റെ തിരക്കിൽ സ്വന്തം കാര്യങ്ങൾ മറന്നുപോയ വ്യക്തികൂടിയായിരുന്നു ജോൺ ജേക്കബ് ബെർസീലിയസ്. ശാസ്ത്രപ്രവർത്തനങ്ങൾക്കു തടസ്സമാകുമെന്നു കണ്ട് വിവാഹം വേണ്ടെന്നുവച്ചു. എന്നാൽ ജീവിത സായാഹ്നത്തിലെത്തിയതോടെ ഏകാന്തത കഠിനമായി പീഡിപ്പിക്കാൻ തുടങ്ങി. അതിനകം പ്രശസ്തിയുടെ കൊടുമുടിയിലെത്തിയിരുന്നെങ്കിലും നിരാലംബനും നിസ്സഹായനുമാണെന്ന ബോധം ശക്തിപ്പെട്ടു. ആവർത്തിച്ചു വേട്ടയാടിയ ചെന്നിക്കുത്ത് അസഹനീയമായിത്തുടങ്ങി.

1834 ൽ സ്റ്റോക്ക് ഹോം നഗരത്തിൽ അതിഭയങ്കരമായി കോളറ പടർന്നുപിടിച്ചു. രോഗനിയന്ത്രണ പ്രവർത്തനങ്ങൾക്ക് അദ്ദേഹം ചുക്കാൻ പിടിച്ചു. ഒരു ശാസ്ത്രജ്ഞന്റെ ചുമതലാബോധം പൂർണമായും പ്രകടിപ്പിക്കാനും പ്രവൃത്തിപഥത്തിൽ കൊണ്ടുവരാനും കഴിഞ്ഞനാളുകൾ. കോളറ ശമിച്ചപ്പോഴേക്കും ശാസ്ത്രജ്ഞൻ തീർത്തും പരിക്ഷീണനായിക്കഴിഞ്ഞിരുന്നു. ആരോഗ്യം വീണ്ടെടുക്കാനുള്ള വിശ്രമനാളുകളിൽ പഴയ ശൂന്യതാബോധം വീണ്ടും വേട്ടയാടാൻ തുടങ്ങി. സുഹൃത്തുക്കൾ വിവാഹിതനാകാൻ നിർബന്ധിച്ചു. സമയം വൈകിയിട്ടില്ലെന്ന് ഓർമിപ്പിച്ചു. വയസ്സ് അമ്പത്താറായിക്കഴിഞ്ഞിരുന്നു. എങ്കിലും ജീവിതത്തിന്റെ ആ ഒരു വശംകൂടി അനുഭവിച്ചറിയണമെന്നു തോന്നി. ഉറ്റ സുഹൃത്ത് പോംപി

യസിന് സുന്ദരിയായ ഒരു മകളുണ്ടായിരുന്നു. ഇരുപത്തിയഞ്ചിൽ കുറഞ്ഞ പ്രായം. മടിച്ചുമടിച്ച് ശാസ്ത്രജ്ഞൻ വിവാഹാഭ്യർഥന നടത്തി. പ്രതീക്ഷിച്ചതിൽനിന്ന് തീർത്തും ഭിന്നമായി ആ കുട്ടി അപ്പോൾ തന്നെ സമ്മതം മൂളി. താമസിയാതെ വിവാഹവും നടന്നു. വിവാഹസമ്മാനമെന്ന നിലയിൽ രാജാവ് പ്രഭുപദവി നൽകി ശാസ്ത്രജ്ഞനെ ആദരിച്ചു.

പ്രായവ്യത്യാസം ആ ബന്ധത്തെ ഒരുതരത്തിലും ബാധിക്കുകയുമുണ്ടായില്ല. സുന്ദരിയും സുശീലയുമായ ആ പെൺകുട്ടി ശാന്തിയും സമാധാനവും നിറഞ്ഞ ഒരു ജീവിതം അദ്ദേഹത്തിനു നൽകി.

വിവാഹിതനാകുംമുമ്പ് ആരോഗ്യരക്ഷയുടെ ഭാഗമായി ബെർസീലിയസ് ഒരു വിദേശയാത്ര നടത്തുകയുണ്ടായി. അതിനിടയിൽ മനുഷ്യശരീര ഘടനയുമായി ബന്ധപ്പെട്ട അതിപ്രധാനമായ ഒരു കണ്ടുപിടിത്തം നടത്തി ശ്രദ്ധനേടി. മനുഷ്യന്റെ പൂർവ ഹന്വാസ്ഥിക്കു താഴെയുള്ള എല്ലുകളാണ് അദ്ദേഹം കണ്ടെത്തിയത്. മൃഗങ്ങളിൽ മാത്രമേ ഈ അസ്ഥി കാണപ്പെടുന്നുള്ളൂ എന്നതായിരുന്നു അതുവരെയുള്ള ധാരണ. അതുകൊണ്ടുതന്നെ പ്രശ്നം വിവാദങ്ങളുടെ കൊടുങ്കാറ്റുയർത്തി.

ജർമനിയിൽ, ബെർസീലിയസ് മഹാകവി ഗൊയ്ഥെയെ സന്ദർശിച്ചു. സ്വയം ഒരു ശാസ്ത്രഗവേഷകനായിരുന്നു മഹാകവി. ജന്തുശാസ്ത്രത്തിലും മറ്റും വലിയ താൽപ്പര്യമായിരുന്നു. ഒരഗ്നിപർവതം കെട്ടടങ്ങിയ കുഴിയിൽ ലാവ അവശേഷിക്കില്ലെന്ന് ആയിടെ ഒരു ഗവേഷണ പ്രബന്ധത്തിൽ അദ്ദേഹം സമർഥിച്ചിരുന്നു. അതു ശരിയാവാൻ സാധ്യതയില്ലെന്ന് ബെർസീലിയസ് വാദിച്ചു. രണ്ടുപേരും ചേർന്ന് അത്തരമൊരഗ്നിപർവതം കൂലങ്കഷമായി പരിശോധിക്കുകയും ലാവ കണ്ടെത്തുകയും ചെയ്തു. എഴുപതുകഴിഞ്ഞ വൃദ്ധനായിരുന്നു അന്നു മഹാകവി.

1848 ൽ അറുപത്തൊൻപതാം വയസിൽ ബെർസീലിയസ് അന്തരിച്ചു.

12

അവഗാഡ്രോ, കാന്നിസാരോ, ഗേലുസാക്ക് ത്രിമൂർത്തികൾ

ജോൺ ഡാൽട്ടൺ, ജോൺ ജേക്കബ് ബെർസീലിയസ് എന്നിവർക്കൊപ്പം സ്മരിക്കേണ്ട രണ്ട് പേരുകൾ കൂടിയുണ്ട് രസതന്ത്രത്തിന്റെ ആദ്യകാല ചരിത്രത്തിൽ. അവഗാഡ്രോ, ഗേലുസാക്ക് എന്നിവരാണ് ഈ മഹാമതികൾ.

ആറ്റങ്ങളും തന്മാത്രകളും തമ്മിലുള്ള വ്യത്യാസം ആദ്യമായി തിരിച്ചറിഞ്ഞ വ്യക്തിയാണ് അമേദിയൊ അവഗാഡ്രോ (1776-1856). അണുക്കളെയും തന്മാത്രകളെയും വേർതിരിച്ചറിയാനും അണുഭാരവും തന്മാത്രാഭാരവും തമ്മിലുള്ള വ്യത്യാസം മനസിലാക്കാനും ഇദ്ദേഹം ആവിഷ്കരിച്ച അവഗാഡ്രോ നിയമം സഹായകമായി.

ജനനം ഇറ്റലിയിലെ ടൂറിൽ നഗരത്തിൽ. നിയമത്തിൽ ബിരുദമെടുത്തെങ്കിലും രസതന്ത്രത്തിന്റെ വഴിതെരഞ്ഞെടുത്തു. ടൂറിൻസർവകലാ

അവഗാഡ്രോ　　കാന്നിസാരോ　　ഗേലുസാക്ക്

ശാലയിൽ ഭൗതികശാസ്ത്രം പ്രൊഫസറായി. നിശ്ചിത ഊഷ്മാവിലും മർദത്തിലും തുല്യവ്യാപ്തം വ്യത്യസ്ത വാതകങ്ങളിൽ അടങ്ങിയിട്ടുള്ള തന്മാത്രകളുടെ എണ്ണം തുല്യമായിരിക്കും. ഇതായിരുന്നു അവഗാഡ്രൊയുടെ വാദം. ജോസഫ്ലൂയി ഗേ-ലൂസാക്കിന്റെ വാതകനിയമം ഇതിനകം അംഗീകാരം നേടിക്കഴിഞ്ഞിരുന്നു. മർദം സ്ഥിരമെങ്കിൽ ഊഷ്മാവ് കൂടുന്തോറും എല്ലാവാതകങ്ങളുടെയും വ്യാപ്തം ഒരേതോതിൽ വർധിക്കുമെന്ന് ഗേ-ലുക്കിന്റെ നിയമം വ്യക്തമാക്കി. അവഗാഡ്രൊവിന് തന്റെ നിയമമുണ്ടാക്കാൻ ഇത് മാർഗദർശകമായി.

1811 ൽ അവഗാഡ്രൊ നിയമം പുറത്തുവന്നു. പക്ഷേ, ആരംഗീകരിക്കാൻ. ഏറ്റവും വേണ്ടപ്പെട്ടവരായി ഡാൽട്ടണുണ്ട്, ബെർസീലിയസുണ്ട്. എന്നാൽ രണ്ടുപേരും നിയമം തെറ്റാണെന്നു സ്ഥാപിക്കാനാണ് ഊർജം ചെലവഴിച്ചത്. അക്കാലം ബെർസീലിയസ് *രസതന്ത്രറിവ്യൂ* എന്ന പേരിൽ ഒരു പ്രസിദ്ധീകരണം പുറത്തിറക്കിയിരുന്നു. ഒരു വർഷത്തിനിടയിലുണ്ടായ രസതന്ത്രഗവേഷണങ്ങളെല്ലാം അതിൽ പരിശോധനാ വിധേയമാക്കുന്നു. അനുകൂലിച്ചും എതിർത്തും ഇതിൽ അദ്ദേഹം മറ്റു ശാസ്ത്രജ്ഞരുടെ കണ്ടെത്തലുകളെക്കുറിച്ച് അഭിപ്രായം പറയും. അവഗാഡ്രൊ നിയമത്തെ അദ്ദേഹം തള്ളിപ്പറഞ്ഞു. ബെർസീലിയസ് എന്തുപറഞ്ഞാലും മറ്റു രസതന്ത്രജ്ഞർ അതു കണ്ണടച്ച് സ്വീകരിക്കും. അതുകൊണ്ട് വേറിട്ടൊരു പരിശോധനയോ വിലയിരുത്തലോ ഉണ്ടായില്ല. ആറ്റം സിദ്ധാന്തത്തിന്റെ ഉപജ്ഞാതാവായിട്ടും ഡാൽട്ടണും ഒട്ടും കരുണകാട്ടുകയുണ്ടായില്ല. രസതന്ത്രലോകത്ത് വളരെക്കാലം അരാജകത്വം നിലനിൽക്കാൻ ഇതു കാരണമായെന്നു പറയാം. അവഗണനമൂലം അവഗാഡ്രൊയുടെ കണ്ടെത്തലുകൾ അഗണ്യകോടിയിൽ തള്ളപ്പെട്ടു. അണുഭാരവും തന്മാത്രാഭാരവും തമ്മിലുള്ള വ്യത്യാസമറിയാൻ കഴിയാതെ പോയത് പല വിഷമപ്രശ്നങ്ങളുമുണ്ടാക്കി. അങ്ങനെ അവഗാഡ്രൊ പേരെടുക്കാനാവാതെ കാലയവനികയ്ക്കുള്ളിൽ മറഞ്ഞു.

അക്കാലത്ത് അവഗാഡ്രൊയുടെ നല്ലനാട്ടുകാരനായി കാന്നിസാരോ എന്നയൊരു രസതന്ത്രജ്ഞൻ ഉണ്ടായിരുന്നു. അമ്പതുവർഷങ്ങൾക്കുശേഷം അദ്ദേഹം തന്റെ സുഹൃത്തിന്റെ ഗവേഷണങ്ങളെല്ലാം കണ്ടെടുത്ത് പുനഃപരിശോധനയ്ക്കു വിധേയമാക്കി. 1860 ഓടെ നിയമം പരക്കെ അംഗീകാരം നേടി. അർഹിക്കുന്ന അംഗീകാരം കിട്ടിയിരുന്നെങ്കിൽ രസതന്ത്രത്തിന്റെ വളർച്ച കുറേക്കൂടി നേരത്തേ ആകുമായിരുന്നു എന്നു വിശ്വസിച്ചാൽ തെറ്റാവുകയില്ല.

അവഗാഡ്രൊയുടെ സിദ്ധാന്തം അംഗീകരിച്ചിരുന്നെങ്കിൽ, ചിലപ്പോൾ ഡാൽട്ടന് അണുസിദ്ധാന്തത്തെ കൂടുതൽ മഹത്തായ പഥങ്ങളിലെത്തിക്കാൻ കഴിയുമായിരുന്നു.

ലോറൻസൊ റൊമാനൊ അമേദിയൊ കാർലൊ അവഗാഡ്രൊ എന്നാണ് ഈ ശാസ്ത്രജ്ഞന്റെ പേരിന്റെ പൂർണരൂപം. ജീവിതകാലത്ത്

അംഗീകാരമൊന്നും ലഭിക്കുകയുണ്ടായില്ല. മരണശേഷം അതെല്ലാം തന്റെ പേരിൽ സുഹൃത്ത് കാന്നിസാരോവിന് (1826-1910) ലഭിച്ചു.

തന്റെ നിലയ്ക്കുതന്നെ പേരെടുത്ത ഒരു രസതന്ത്രജ്ഞനായിരുന്നു സ്ലാനിസ്ലാവ് കാന്നിസാരോ. കാന്നിസാരോ പ്രതിപ്രവർത്തനം അദ്ദേഹത്തെ അനശ്വരനാക്കി. എന്നാൽ അതിനെക്കാൾ വലിയ സംഭാവന അവഗാഡ്രൊനിയമത്തിന് അംഗീകാരമുണ്ടാക്കിയെടുത്തത് തന്നെ. 1860 ൽ നടന്ന ആദ്യത്തെ അന്താരാഷ്ട്ര രസതന്ത്രസമ്മേളന വേദി അതിനായി ഉപയോഗപ്പെടുത്തി.

കാന്നിസാരോ വെറുമൊരു രസതന്ത്രജ്ഞൻ മാത്രമായിരുന്നില്ല. രാഷ്ട്രീയ പ്രവർത്തകനും വിപ്ലവകാരിയും ഉജ്ജ്വലവാഗ്മിയും വിവാദപുരുഷനും ആയിരുന്നു. 1848 ൽ സിഡിലിയുടെ (നേപ്പിൾസ്) സ്വാതന്ത്ര്യത്തിനുവേണ്ടി പൊരുതിത്തോറ്റ് ഫ്രാൻസിലേക്കു പലായനം ചെയ്യേണ്ടി വന്നു. പ്രവാസകാലം രസതന്ത്രജ്ഞരുമായി ബന്ധപ്പെടാൻ ഉപയോഗപ്പെടുത്തി. പിന്നീട് ഇറ്റലിയിൽ തിരിച്ചെത്തിയശേഷം ഗാരിബാൾഡിയുടെ ഭാഗത്തു ചേർന്ന് ഇറ്റലിയുടെ ഏകീകരണത്തിനുവേണ്ടി പൊരുതി. നേപ്പിൾസ് ആയിരുന്നു അന്ന് ഏറ്റവും ശക്തിയുള്ള നാട്ടുരാജ്യം. തന്നെ നാട്ടിൽ നിന്നോടിച്ച അതേ രാജവാഴ്ചയ്ക്കെതിരെ അദ്ദേഹം വീറോടെ പൊരുതി, ഗാരിബാൾഡി അധികാരത്തിൽ വന്നു. കാന്നിസാരോ സർവകലാശാലയിൽ പ്രൊഫസറായും ഇറ്റലിയിലെ സെനറ്റിന്റെ ഉപാധ്യക്ഷനായും സേവനം നടത്തി. 1910 ൽ അന്തരിച്ചു. അവഗാഡ്രൊനിയമം അപ്പോഴേക്കും രസതന്ത്രത്തിൽ വൻ മാറ്റങ്ങൾ തന്നെ വരുത്തിക്കഴിഞ്ഞിരുന്നു.

അവഗാഡ്രോക്കും കാന്നിസാരോക്കും മുമ്പേതന്നെ വാതകങ്ങളെ സംബന്ധിക്കുന്ന ഗേലുസാക്കിന്റെനിയമം പ്രസിദ്ധമാവുകയുണ്ടായെന്നു സൂചിപ്പിച്ചല്ലോ. ജോസഫ്‌ലൂയി ഗേലുസാക്ക് എന്നാണ് മുഴുവൻ പേര്. 1778 ൽ ഒരു ഫ്രഞ്ച് ന്യായാധിപന്റെ മകനായി ജനിച്ചു. ഗേലുസാക്ക് കണ്ടുപിടിച്ച വാതകനിയമം ചാൾസ് ആണ് വാസ്തവത്തിൽ ആദ്യം കണ്ടുപിടിച്ചത്. അതുകൊണ്ട് അതിനെ ചാൾസ് നിയമം എന്നു പറയാറുണ്ട്. എന്നാൽ അദ്ദേഹത്തിന് അതു പ്രസിദ്ധപ്പെടുത്താനായില്ല. അതുകൊണ്ട് അംഗീകാരത്തിന് പൂർണമായും ന്യായമായും ഗേലുസാക്കു തന്നെ പാത്രമായി.

ഗേലുസാക്കിന്റെനിയമം സംയോജക വ്യാപ്തനിയമം എന്ന പേരിൽ അറിയപ്പെടുന്നു. ബോറോൺ എന്ന മൂലകം അദ്ദേഹമാണ് കണ്ടുപിടിച്ചത്. എല്ലാ അമ്ലങ്ങളിലും ഓക്സിജൻ അടങ്ങിയിട്ടുണ്ടെന്ന തെറ്റിദ്ധാരണയ്ക്ക് പൂർണവിരാമമിട്ടതും അദ്ദേഹമായിരുന്നു.

അക്കാലം ഫ്രാൻസും ഇംഗ്ലണ്ടും തമ്മിൽ ബദ്ധശത്രുതയായിരുന്നു. രസതന്ത്രഗവേഷണങ്ങൾ അധികവും ഇംഗ്ലണ്ടിലാണ് ഉണ്ടാകുന്നത്. സർ ഹംഫ്രിഡേവി നിറഞ്ഞു നിൽക്കുന്നു. ദിവസവുമെന്നോണം പുതിയ മൂലകങ്ങൾ കണ്ടെത്തിയതായി അദ്ദേഹം പ്രഖ്യാപിക്കുന്നു. ശാസ്ത്രരംഗത്ത്

മേൽക്കൈ ഇല്ലാത്തത് ഫ്രാൻസിന്റെ ഭരണാധികാരിയായ നെപ്പോളിയനെ വല്ലാതെ അസ്വസ്ഥനാക്കി. ഒരു മൂലകമെങ്കിലും കണ്ടുപിടിച്ച് തന്റെ മാനം രക്ഷിക്കാൻ അദ്ദേഹം ശാസ്ത്രജ്ഞന്മാരോട് ആവശ്യപ്പെട്ടു. ഗേലുസാക്ക് ആ വെല്ലുവിളി ഏറ്റെടുത്തു. 1808 ജൂൺ 21 ന് ഡേവി നിർമിക്കുന്നതിന് എട്ടു ദിവസം മുമ്പേ മൂലക രൂപത്തിൽ ബോറോൺ ഉണ്ടാക്കി അദ്ദേഹം ചക്രവർത്തിയുടെ അളവില്ലാത്ത പ്രശംസ പിടിച്ചുപറ്റി. ഒരു രാഷ്ട്രീയ പ്രവർത്തകനായും ഗേലുസാക്ക് ഏറെ ശ്രദ്ധപിടിച്ചുപറ്റുകയുണ്ടായി.

20000 അടി ഉയരംവരെ ബലൂണിൽ പറന്ന് അന്തരീക്ഷ പഠനം നടത്തിയതാണ് ഗേലുസാക്കിന്റെ മറ്റൊരുമികച്ച നേട്ടം. 1804 ൽ ആയിരുന്നു ഇത്. ആ ഉയരത്തിൽപ്പോലും വായു ഘടനയ്ക്കോ കാന്തികമണ്ഡലത്തിനോ യാതൊരു മാറ്റവും സംഭവിക്കുന്നില്ലെന്ന് അദ്ദേഹം കണ്ടെത്തി.

13

ഫ്രഡറിച് വൊയ്‌ലർ: ജൈവ രസതന്ത്രത്തിന്റെ തലതൊട്ടപ്പൻ

ഫ്രഡറിച് വൊയ്‌ലർ

"ഒരു മനുഷ്യന്റെയോ പട്ടിയുടെയോ മറ്റേതെങ്കിലും മൃഗത്തിന്റെയോ വൃക്കകളുടെ സഹായമില്ലാതെ യൂറിയ നിർമിക്കാനുള്ള മാർഗം ഈയുള്ളവൻ ആവിഷ്കരിച്ചിരിക്കുന്നതായ വർത്തമാനം വിനയപുരസ്സരം ഇതിനാൽ അറിയിച്ചു കൊള്ളുന്നു."

ജോൺ ജേക്കബ് ബെർസീലിയസിന് കിട്ടിയ ഒരെഴുത്തിലെ വാചകമാണ് മുകളിൽ ഉദ്ധരിച്ചത്. വിലാസം നോക്കിയപ്പോൾ ഫ്രഡറിച് വൊയ്‌ലർ എന്ന പേരു കണ്ടു. തന്റെയാ പഴയ ശിഷ്യൻ, തനിക്കേറെ ഇഷ്ടമായിരുന്ന ചുറുചുറുക്കുള്ള ആ വിദ്യാർഥി. മടക്കത്തപാലിൽത്തന്നെ മറുപടി ഉണ്ടായി. "അഭിനന്ദനങ്ങൾ. സംശയമില്ല, മഹത്തായ ഒരു കണ്ടുപിടിത്തം തന്നെയാണ് താങ്കൾ നടത്തിയിരിക്കുന്നതെന്ന് എനിക്കുത്തമ ബോധ്യമുണ്ട്."

കൂടുതലാലോചിച്ചപ്പോൾ, താൻ ആദ്യം കരുതിയതിലുമേറെ പ്രാധാന്യം ആ കണ്ടെത്തലിനുണ്ടെന്ന് ഗുരുവിന് മനസിലായി. ജീവിശരീരത്തിലെ ഒരു ജൈവ വസ്തു കൃത്രിമമായി നിർമിക്കുകയെന്നത്

ശാസ്ത്രത്തിന്റെ ദീർഘകാലസ്വപ്നമാണ്. അസാധ്യമെന്നു കരുതിയ ആ കൃത്യമല്ലേ ഇപ്പോൾ വൊയ്ലർ നിർവഹിച്ചിരിക്കുന്നത്? തീർച്ചയായും ഇതൊരു ചരിത്ര സംഭവമാണ്. ഇത് ഏറ്റവുമേറെ വാർത്താ പ്രാധാന്യം അർഹിക്കുന്നു.

സ്വീഡനിലിരുന്നുകൊണ്ട് അതിനുവേണ്ടി തന്നാൽ കഴിയുന്നതെല്ലാം അദ്ദേഹം ചെയ്തു. കേട്ടവർ കേട്ടവർ അന്തിച്ചുനിന്നു. യൂറിയ മൂത്രത്തിലുള്ള ഒരു വസ്തുവാണ്. വൃക്കകൾക്കു മാത്രമേ അതു നിർമിക്കാനാവൂ. പ്രകൃതിയുടെ ഈ ലീലാവിലാസത്തിൽ മനുഷ്യനിടപെട്ട് എന്തു ചെയ്യാനാണ്? എതിർപ്പുകളുമായി പലരും രംഗപ്രവേശം ചെയ്തു. എന്നാൽ ദീർഘവീക്ഷണമുള്ള ചിലർ വൊയ്ലറെ തള്ളിപ്പറയാൻ തയാറായില്ല. അദ്ദേഹം നടത്തിയ പരീക്ഷണങ്ങൾ അവർ അതീവ ശ്രദ്ധയോടെ പഠിച്ചു. വൊയ്ലർ നിർമിച്ചത് യൂറിയ എന്ന രാസവസ്തുതന്നെയാണെന്ന് അവർക്കു ബോധ്യംവന്നു.

ജൈവരസതന്ത്രം (കാർബണിക രസതന്ത്രം- organic chemistry) എന്ന ശാസ്ത്രശാഖയ്ക്ക് അസ്തിവാരമിടുന്ന കർമമാണ് താൻ ചെയ്തതെന്ന് അപ്പോൾ ഫ്രഡറിച്ച് വൊയ്ലറും വിചാരിച്ചില്ല. രസതന്ത്രത്തെ കാർബണികമെന്നും അകാർബണികമെന്നും വേർതിരിച്ചത് ഗുരു ബെർസീലിയസ് ആണ്. ജീവി ശരീരം നിർമിക്കുന്ന രാസവസ്തുക്കളെല്ലാം കാർബണിക രസതന്ത്രത്തിന്റെ ഭാഗമായി വരുന്നു. അതിനുമുമ്പ് സസ്യ രസതന്ത്രവും ജന്തുരസതന്ത്രവും നിലവിലുണ്ടായിരുന്നു. ബെർസീലിയസ് ഇവയെ ഒന്നിച്ചാക്കുകയും അകാർബണിക വസ്തുക്കളെക്കുറിച്ചുള്ള പഠനം പ്രത്യേകമാക്കുകയും ചെയ്തു.

യൂറിയ എന്താണെന്ന് അന്ന് ശാസ്ത്രലോകത്തിന് അറിയാമായിരുന്നു. കാർബണും ഹൈഡ്രജനും ഓക്സിജനും നൈട്രജനും ചേർന്നുണ്ടായ ഒരു തന്മാത്രയാണതെന്ന് വ്യക്തമാക്കപ്പെട്ടിരുന്നു. എന്നാൽ ഇതു നാലും ചേർത്ത് യൂറിയ ഉണ്ടാക്കാനോ? ഹെയ് അങ്ങനെ ചിന്തിക്കുന്നതുപോലും ദൈവനിന്ദയാണ്. ജൈവശക്തിയുടെ സൃഷ്ടിയാണത്. ദൈവം ഒന്നിച്ചു ചേർത്തതിനെ മനുഷ്യന് പുനഃസൃഷ്ടിക്കാൻ സാധ്യമല്ല. ഇതായിരുന്നു യാഥാസ്ഥികരുടെ വിശ്വാസം.

വൊയ്ലർപോലും ഈ വിശ്വാസത്തിന് അതീതനല്ലായിരുന്നു എന്നതാണ് ഏറ്റവും വലിയ തമാശ. എങ്കിലും ഒരുദിവസം തന്നെ അതു സംഭവിച്ചു. ദൈവത്തിന്റെ കൃത്യം വൊയ്ലർ സ്വന്തം കൈകൊണ്ടു നിർവഹിച്ചു.

1828 ലെ ഒരുദിവസം; ലാബിൽ അമോണിയം സയനേറ്റ് നിർമിക്കുന്ന പണിയിലേർപ്പെട്ടിരിക്കുകയാണദ്ദേഹം. അതിനുവേണ്ടി പൊട്ടാസ്യം സയനേറ്റും അമോണിയം സൾഫേറ്റും ചേർത്തു പ്രതിപ്രവർത്തിപ്പിച്ചു. ഇതിന്റെ ഉൽപ്പന്നമായി ലായനി രൂപത്തിൽ അമോണിയം സയനേറ്റു കിട്ടി. ലായനിയല്ലേ, വറ്റിച്ചെടുക്കാമെന്നു കരുതി, കൈകാര്യം ചെയ്യാൻ അതാണല്ലോ സൗകര്യം. വറ്റിച്ചു പാത്രത്തിൽ നോക്കിയപ്പോൾ സ്വന്തം

കണ്ണുകളെ വിശ്വസിക്കാൻ കഴിഞ്ഞില്ല. എന്തുകൊണ്ടെന്നല്ലേ? അടിഭാഗത്ത് ഒരിഞ്ചോളം നീളമുള്ള ചില വെളുത്ത പരലുകൾ! സൂചികൾ പോലെ. അതുവരെയില്ലാത്ത അനുഭവം!

വൈദ്യശാസ്ത്രം പഠിച്ച് രസതന്ത്രത്തിലേക്കു വന്നതാണ് വൊയ്‌ലറും. മനുഷ്യമൂത്രം വറ്റിച്ചും മറ്റും അന്ന് പല പരീക്ഷണങ്ങളും നടത്തിയിട്ടുണ്ട്. യൂറിയാ പരലുകളുടെ ആകൃതിയും മറ്റും അപ്പോഴും മനസിലുണ്ട്. നാലു വശങ്ങളുള്ള പരലുകളാണ് ഇപ്പോൾ കിട്ടിയിരിക്കുന്നത്. കൂടുതൽ പരീക്ഷണങ്ങൾ ചെയ്യണമെന്ന് തോന്നി. മൂത്രം വറ്റിച്ച് യൂറിയ ഉണ്ടാക്കിയെടുത്തു. രണ്ടും താരതമ്യം ചെയ്തു. രാസഘടന പഠിച്ചു. രണ്ടും ഒന്നു തന്നെ! ദൈവീകമായ ഒരു കണ്ടുപിടിത്തം താൻ നിർവഹിച്ചിരിക്കുന്നു! ലോകചരിത്രത്തിലാദ്യമായി പ്രകൃതിയിലെ ഒരു വസ്തു മനുഷ്യന്റെ കൈകൾ നിർമിച്ചിരിക്കുന്നു! അന്നുതന്നെ ബുദ്ധിരാക്ഷസനായ ഗുരുവിന് കത്തെഴുതി......

കൃത്രിമയൂറിയ ഒരു തുടക്കം മാത്രമായിരുന്നു. തുടർന്ന് മനുഷ്യനിർമിത രാസവസ്തുക്കളുടെ ഒരു പെരുമഴക്കാലംതന്നെ ഉണ്ടായി. അന്നത്തെ യൂറിയ ഇന്ന് നാം കൃത്രിമരാസവളമായി ലോകം മുഴുക്കെ ഉപയോഗിക്കുന്നു. ഒരു നൂറ്റാണ്ടിനകം അതിലും സങ്കീർണമായ ആയിരക്കണക്കിന് രാസയൗഗികങ്ങൾ പരീക്ഷണ ശാലകളിൽ പിറന്നു വീണു. കാർബണിക രസതന്ത്രത്തിലെ പൂക്കാലം! കൃത്രിമനൂലുകളും കൃത്രിമ ചായങ്ങളും പ്ലാസ്റ്റിക്കും സസ്യജന്യ ഔഷധങ്ങളുമെല്ലാം ഇങ്ങനെ ഉണ്ടായി. മനുഷ്യജീവിതത്തിൽ ഇതു വമ്പിച്ച തോതിൽ സ്വാധീനിച്ചു.

അന്നത്തെ ഇത്തരം ചില കണ്ടുപിടിത്തങ്ങളെക്കുറിച്ചറിയുന്നത് കൗതുകകരമായിരിക്കും. വൊയ്‌ലറുടെ കണ്ടുപിടിത്തം ശരിയാണെന്നു വന്നതോടെ ശാസ്ത്രജ്ഞർ കണ്ണിൽക്കണ്ട ജീവികളെയെല്ലാം പിടികൂടാൻ തുടങ്ങി. ഉറുമ്പിൽനിന്ന് ഫോമിക്ക് അമ്ലം, വിനാഗിരിയിലെ അസറ്റിക്ക് അമ്ലം — ഇതെല്ലാം കൃത്രിമമായി ഉണ്ടാക്കി. ലണ്ടനിൽ ഹോഫ്മാൻ കൃത്രിമച്ചായം ഉണ്ടാക്കി. അഡോൾഫ് വോൺബെയർ ഇന്റിഗൊ (നീലം) ഉണ്ടാക്കി. ഇന്നുനമുക്കു പരിചയമുള്ള മുപ്പതു ലക്ഷത്തോളം കൃത്രിമ പദാർഥങ്ങളിൽ ഏറെയും കാർബണിക രാസവസ്തുക്കളാണെന്നു പറഞ്ഞാൽ കഴിഞ്ഞല്ലോ. പ്രോട്ടീനും കൊഴുപ്പും ധാന്യകവും ജീവകങ്ങളും ആന്റിബയോട്ടിക്കുകളുമെല്ലാം ഇതിൽപ്പെടും. ജൈവ രസതന്ത്രത്തിൽ വൻ കുതിച്ചുചാട്ടമുണ്ടായി. കൃഷിയിലും രോഗചികിത്സയിലും വസ്ത്ര നിർമാണത്തിലും എന്നുവേണ്ട, നിത്യജീവിതത്തിലെ സമസ്ത മേഖലകളിലും കാർബണിക സ്വാധീനം അനുഭവപ്പെടാൻ തുടങ്ങി.

ജൈവരാസവസ്തുക്കളുടെ നിർമാണം — പറയാൻ എന്തെളുപ്പം! എന്നാൽ ഏട്ടിൽ നിന്ന് പരീക്ഷണശാലയിൽ എത്തുമ്പോൾ അറിയാം വിവരം. എന്തെന്തു കഠിനപരീക്ഷണങ്ങളിലൂടെയാണ് ആദ്യകാല ജൈവ രസതന്ത്രം കടന്നുപോയതെന്നറിയാൻ! ഇൻസുലിൻ കൃത്രിമമായി നിർമിച്ചതിന്റെ കഥമാത്രം പറയാം.

അറിയാമല്ലോ, മനുഷ്യന്റെയും മറ്റും ആഗ്നേയ ഗ്രന്ഥിയിലെ ഒരു കൂട്ടം കോശങ്ങൾ ഈ ഹോർമോൺ നിർമിക്കുന്നു. എന്താണ് അതിന്റെ ഘടന? കാർബൺ, ഹൈഡ്രജൻ, ഓക്സിജൻ, നൈട്രജൻ........ എന്നാൽ ഇതുനാലും ചേർത്താൽ ഇൻസുലിൻ കിട്ടുമോ? ഇല്ല. അതിസങ്കീർണ മാണ് ഇവ തമ്മിലുള്ള ചേരുവയുടെ രഹസ്യം. ഇതു കണ്ടെത്താൻ മൂന്നു വർഷം തുടർച്ചയായി അധ്വാനിക്കേണ്ടി വന്നു. അതിനിടയിൽ നിർമാണ ത്തിന്റെ 123 വ്യത്യസ്ത ഘട്ടങ്ങളിലൂടെ സഞ്ചരിക്കേണ്ടിവന്നു. ജീവകോ ശങ്ങൾക്കകത്തോ? വെറും മൂന്നു സെക്കന്റിനകം ഇതേ രാസപ്രക്രിയ കളെല്ലാം നടന്ന് ഇൻസുലിൻ തന്മാത്രകൾ രൂപംകൊള്ളും!

1800-ാമാണ്ടിൽ ജർമനിയിലെ എസ്ഹർഷീം എന്ന സ്ഥലത്താണ് ഫ്രഡറിച്ച് വൊയ്ലറുടെ ജനനം. രാജാവിന്റെ കുതിരാലയത്തിന്റെ മേൽ നോട്ടക്കാരനായിരുന്നു പിതാവ്. ആത്മാഭിമാനിയായ ഒരു മനുഷ്യൻ. വൊയ്ലർ കുമാരനായിരിക്കെ ഒരു സംഭവമുണ്ടായി. കുതിരാലയം പരി ശോധിക്കാനെത്തിയ അഹംഭാവിയായ രാജകുമാരൻ ഏതോ നിസ്സാര കുറ്റത്തിന് വൊയ്ലറുടെ പിതാവിനെ കഠിനമായി ഭർത്സിക്കുകയും കര ണത്ത് അടിക്കുകയും ചെയ്തു. കുതിര ചമ്മട്ടികൊണ്ട് ഓഗസ്റ്റ് വൊയ്ലർ അയാളെ പൊതിരെ തിരിച്ചുതല്ലി. രാജകുമാരൻ ബോധമറ്റുവീണു. ആദ്യം കണ്ട കുതിരപ്പുറത്തു ചാടിക്കയറി ഓഗസ്റ്റ് സ്ഥലം വിട്ടു. അവമതി ഭയന്നോ എന്തോ, രാജകുമാരൻ പ്രശ്നമുണ്ടാക്കിയില്ല. പിതാവിനെ മാതൃ കാപുരുഷനായിക്കണ്ട് ഫ്രഡറിച്ച് വളർന്നു. നന്നായി പഠിച്ചു. പ്രകൃതി ദൃശ്യങ്ങൾ പകർത്തിയും ധാതുക്കളും മറ്റും ശേഖരിച്ചും സ്വന്തമായി വിജ്ഞാനം നേടി. അന്നത്തെ രീതിയിൽ മെഡിസിൻ പഠിച്ച് യോഗ്യത നേടി.

സ്കൂൾ വിദ്യാർഥിയായിരിക്കെത്തന്നെ ഫ്രഡറിച്ച് രസതന്ത്ര പരീ ക്ഷണങ്ങൾ ആരംഭിച്ചിരുന്നു. ഗ്രാമത്തിലെ ഒരു മുതിർന്ന മനുഷ്യനാണ് ഇതിനു പ്രേരണയായത്. അയാളൊരു പരീക്ഷണകുതുകിയായിരുന്നു. അയാളുടെ ശാലയിൽ പരീക്ഷണത്തിന് സൗകര്യമുണ്ടായിരുന്നു. ഫ്രഡറിച്ച് ആ മനുഷ്യന്റെ സൗഹൃദം സമ്പാദിച്ചു. അങ്ങനെ ലാബിൽ നിത്യസന്ദർശകനായി. നാകത്തകിടും ചെമ്പുനാണയങ്ങളും ഉപയോഗിച്ച് അവൻ വോൾട്ടാസെൽ നിർമിച്ചു. ക്ലോറിൻ വാതകം തയാറാക്കി പരീ ക്ഷണം നടത്തി. ഒരിക്കൽ അതൊരു പൊട്ടിത്തെറിയിലാണ് കലാശി ച്ചത്. അതോടെ ലാബുമായുള്ള ബന്ധം നിലച്ചു.

പിന്നീട് മെഡിക്കൽ കോളേജിൽ ഇതിന്റെ തുടർച്ചകൾ ഉണ്ടായി. അന്വേഷണം ഗവേഷണബുദ്ധിയോടെയായി. മനുഷ്യശരീരവുമായി ബന്ധപ്പെട്ട കാര്യങ്ങളാണ് അന്വേഷിച്ചത്. അങ്ങനെയാണ് അന്ന് യൂറി യയെക്കുറിച്ചുള്ള പഠനത്തിന് സ്വർണമെഡൽ നേടിയത്. സ്വശരീരത്തിലും സ്വന്തം പട്ടിയുടെ ശരീരത്തിലും നടത്തിയ പഠനങ്ങളായിരുന്നു വിജയ ത്തിനാധാരം.

ഡോക്ടറായ ഫ്രെഡറിച്ച് ആഗ്രഹിച്ചത് വൈദ്യ വൃത്തിയിലൂടെ

ആതുരസേവനം നടത്താനാണ്. എന്നാൽ ഗംലീൻ എന്ന അധ്യാപകൻ എതിർത്തു. നിന്റെ വഴി ഗവേഷണമാണ്. അതിലൂടെ തന്നെ മുന്നോട്ടു പോവുക. ഗുരു ഉപദേശിച്ചു. ശിഷ്യൻ അതനുസരിച്ചു. സ്വന്തമായി പരീക്ഷണശാലയുണ്ടാക്കി ഗവേഷണമാരംഭിച്ചു.

സയനിക് അമ്ലത്തെക്കുറിച്ചായിരുന്നു ആദ്യത്തെ അന്വേഷണം. അതിന്റെയടിസ്ഥാനത്തിൽ പ്രബന്ധമുണ്ടാക്കി ഗംലീനെ കാട്ടി. നല്ല അഭിനന്ദനം കിട്ടി. മാത്രമല്ല ബെർസലീയസിനെ കാണാൻ ഉപദേശിക്കുകയും ചെയ്തു. അദ്ദേഹം പക്ഷേ, അക്കുസ്വീഡനിലാണ്. രസതന്ത്രചക്രവർത്തിയാണ്. എങ്കിലും ഗുരുവായി മനസാവരിച്ച് കത്തെഴുതി. മടക്കത്തപാലിൽ മറുപടി വന്നു. "എപ്പോൾ വേണമെങ്കിലും എന്നെ വന്നു കാണാം. ഗവേഷണവുമായി മുന്നോട്ടു പോകൂ."

അവശ്യം വേണ്ട ഉപകരണങ്ങളും പുസ്തകങ്ങളുമൊക്കെയായി ഉടൻ പുറപ്പെട്ടു. സ്വീഡനിൽ കപ്പലിറങ്ങിയപ്പോൾ ബെർസീലിയസിന്റെ ശിഷ്യനാകാൻ വന്നയാളാണെന്നറിഞ്ഞ് പോർട്ട് അധികാരികൾ നിയമപ്രകാരമുള്ള ചുങ്കം വസൂലാക്കാൻപോലും വിസമ്മതിച്ചത്രെ.

ബെർസീലിയസിന്റെ വീട്ടിലെത്തിയപ്പോൾ നേരം ഇരുണ്ടു കഴിഞ്ഞിരുന്നു. ആശങ്കയോടെ ഫ്രെഡറിച്ച് വാതിലിൽ മുട്ടി. മോടിയിൽ വസ്ത്രധാരണം ചെയ്ത ഊർജസ്വലനായ ഒരു മനുഷ്യൻ വാതിൽ തുറന്നു. ബെർസീലിയസ്! ചിരകാല സുഹൃത്തിനെ പോലെയാണ് ആ കിളിന്തു പയ്യനെ സ്വീകരിച്ചത്.

സൂക്ഷ്മവും നിഷ്കൃഷ്ടവുമായ അപഗ്രഥന രീതികളിൽ ബെർസീലിയസ് ആവശ്യമായവിധം പരിശീലനം നൽകി. എല്ലാം പഠിച്ച് പരീക്ഷണമാരംഭിച്ചപ്പോൾ ആദ്യത്തെ ഗവേഷണം എത്രയും പെട്ടെന്ന് ഗുരുസമക്ഷം വച്ച് അംഗീകാരം നേടിയെടുക്കാൻ തിടുക്കമായി. ബന്ധപ്പെട്ട കടലാസുകൾ വായിച്ചുനോക്കി ഗുരു പുഞ്ചിരിച്ചു. "തരക്കേടില്ല ഡോക്ടറേ പക്ഷേ, ശാസ്ത്രജ്ഞന് ഇത്രയും ധൃതി പാടില്ല."

സയനിക് അമ്ലത്തെക്കുറിച്ചുള്ള പഠനം തുടർന്നുകൊണ്ടിരുന്നു. താമസിയാതെ അതിൽനിന്ന് സിൽവർ സയനേറ്റ് വേർതിരിച്ചു.

14

ജസ്റ്റസ് വോൺ ലിബീഗ്: കാർഷികരസതന്ത്രത്തിനു തുടക്കം

ജസ്റ്റസ് വോൺ ലിബീഗ്

ഫ്രാൻസിൽ, പ്രസിദ്ധനായ ഗേ ലൂസാക്കിന്റെ കീഴിൽ ചെറുപ്പക്കാരൻ ഗവേഷണം നടത്തുന്നു. പിന്നീട് കാർഷികരസതന്ത്രത്തിന് തുടക്കം കുറിച്ച ജസ്റ്റസ് വോൺ ലിബീഗ് ആയിരുന്നു ആ ചെറുപ്പക്കാരൻ. ജർമൻകാരനായ ലിബീഗിന്റെ രംഗപ്രവേശം വൈദ്യശാസ്ത്രപഠനത്തിലൂടെയാണെങ്കിലും പിന്നീട് വൈദ്യപഠനം പാതിവഴിയേ നിർത്താൻ നിർബന്ധിതനായി. രഹസ്യപൊലീസിൽനിന്നും രക്ഷപ്പെടാൻ പാരീസിലേക്കു പലായനം ചെയ്യുകയായിരുന്നു. ഗേ ലൂസാക്കിന്റെ ശിഷ്യനാകുന്നതും ഗവേഷണം തുടങ്ങുന്നതും അങ്ങനെയാണ്.

പിതാവിന്റെ പണിപ്പുരയിലെ വിചിത്രങ്ങളായ സ്ഫോടകവസ്തുക്കളാണത്രെ ഇയാളെ രസതന്ത്ര കുതുകിയാക്കിയത്. ഫുൾമിനേറ്റ്സ് എന്നു പേരുള്ള യൗഗികങ്ങളിൽ അന്നേ തൽപ്പരനായിരുന്നു. ജർമനിയിൽ വച്ച് അതുപയോഗിച്ച് സിൽവർഫുൾമിനേറ്റ് നിർമിച്ചു. ഈ വിവരം ഗേ ലൂസാക്കിന്റെ മാസികയിൽ പ്രസിദ്ധീകരിച്ചു വന്നു. ലിബീഗ് സയനേറ്റുകളെക്കുറിച്ചു നടത്തിയ പഠനവും അതേ ലക്കത്തിൽ വന്നു. രണ്ടുതരം യൗഗിക്കങ്ങൾക്കും ഒരേ ഫോർമുലയാണ് കൊടുത്തിരിക്കുന്നതെന്നു കണ്ട് പത്രാധിപർ അത്ഭുതപ്പെട്ടു. അത് ബെർസീലിയസിനെ അറിയിച്ചു. അദ്ദേഹം

ചില ഊഹങ്ങൾ നടത്തി. രണ്ടു വസ്തുക്കൾക്ക് ഒരേ രാസഫോർമുല ഉണ്ടാവാം. എന്നാൽ അവയുടെ ഗുണങ്ങൾ വ്യത്യസ്തമായിരിക്കാം. ഫുൾമിനേറ്റും സയനേറ്റും പോലെ! ഈ പ്രതിഭാസത്തെ സമാവായവത (isomerism) എന്നു വിളിച്ചു. മിക്ക കാർബണിക രാസവസ്തുക്കളും ഐസൊമെറിസം പ്രകടിപ്പിക്കുന്നവയാണെന്ന് കാലം തെളിയിച്ചു.

ലിബീഗും വൊയ്‌ലറും ഇതോടെ ഉറ്റമിത്രങ്ങളായി മാറി. അന്ന് വൊയ്‌ലർക്ക് ഇരുപത്തിനാലു വയസ്സ്. ലിബീഗിന് ഇരുപത്തൊന്നും. ആ ഇളം പ്രായത്തിൽത്തന്നെ ലിബീഗ് ഗീസ്റ്റൺ സർവകലാശാലയിൽ പ്രൊഫസറായി. ഫ്രഡറിക്കാകട്ടെ ബർലിനിൽ ഹൈസ്കൂൾ അധ്യാപകനും. രണ്ടുപേരും പരസ്പരം ബന്ധപ്പെട്ടുകൊണ്ടിരുന്നു. ഒന്നിച്ചൊരു ഗവേഷണപദ്ധതി ആവിഷ്കരിച്ചു.

സ്ഫോടന ശേഷിയുള്ള രാസവസ്തുക്കളുടെ സംഹാരശേഷി പല തവണ നേരിട്ടു കണ്ടയാളാണ് ലിബീഗ്. പ്രത്യേകിച്ചും ഫുൾമിനിക് അമ്ലം. സ്കൂളിൽ പഠിക്കുന്ന കാലത്ത് ക്ലാസുമുറിയിൽത്തന്നെ അപകടമുണ്ടായി. പിന്നീട് സ്വന്തം പരീക്ഷണങ്ങൾക്കിടയിൽ കണ്ണുപോകാതെ രക്ഷപ്പെട്ടു. അത്തരം സംഭവങ്ങൾ പല ലാബുകളിൽനിന്നും കേൾക്കാമായിരുന്നു. രസതന്ത്രത്തിന്റെ പരീക്ഷണവേദികളിൽ രക്തസാക്ഷികളായവരുടെ എണ്ണവും കുറവല്ല. ഫ്ളൂറിൻ വേർതിരിക്കാനുള്ള ശ്രമത്തിനിടയിൽ നിക്കളസ് എന്ന ജർമൻ ഗവേഷകൻ മരിച്ചു. ലുയ്യാറ്റ് വിഷവാതകം ശ്വസിച്ചാണ് കണ്ണടച്ചത്. നൈട്രജൻ ട്രൈക്ലോറൈഡ് തയാറാക്കുന്നതിനിടയിൽ സ്യൂലോക്കിനു ഒരു കണ്ണും നാലു വിരലും നഷ്ടമായി. അതേ വാതകം ഫാരഡെയെ വീഴ്ത്തി. അപകടം പിണഞ്ഞവരാരും പരീക്ഷണമുപേക്ഷിച്ച് പിന്മടങ്ങുകയുണ്ടായില്ല. അതായിരുന്നു ലിബീഗിന്റെ പ്രചോദനം.

യൂറിക്ക് അമ്ലത്തെക്കുറിച്ചുള്ള ഗവേഷണപ്രബന്ധം രണ്ടുപേരും ഒന്നിച്ചു ജോലിചെയ്തു തയാറാക്കി. ഇതിൽ ഇവർ കാർബണിക രസതന്ത്രത്തിന്റെ അതിശോഭനമായ ഭാവി പ്രവചിക്കുകയും ചെയ്തു. ജീവിതത്തിൽ ചില ദുഃഖസംഭവങ്ങളും ആയിടെ ഉണ്ടായി. 1832 ൽ ഭാര്യമരിച്ചു. തുടർന്ന് മറ്റൊരു യുവതിയെ വേട്ടു. ഗോട്ടിൻജൻ സർവകലാശാലയിൽ പ്രൊഫസർ പദവിലഭിച്ചു. പിന്നീട് അവിടെ വൊയ്‌ലർ പണിത സുസജ്ജമായ പരീക്ഷണശാല വിജ്ഞാനദാഹികളുടെ തീർഥാടന കേന്ദ്രമായി.

എന്നാൽ തുടർന്ന് അദ്ദേഹം കാർബണിക രസതന്ത്രം ഉപേക്ഷിച്ച് അകാർബണിക രസതന്ത്രത്തിലേക്കുതന്നെ തിരിച്ചു പോവുകയാണുണ്ടായത്. ബെർസീലിയസിന്റെ ശിഷ്യനായതുകൊണ്ടാവാം. "കാർബണികം എന്നെ വല്ലാതെ പേടിപ്പിക്കുന്നു. അതെന്നെ ഭ്രാന്തനാക്കുമെന്നു ഞാൻ ഭയപ്പെടുന്നു. അങ്ങനെയൊരു ഘോരവനമാണത്. അതിർത്തികളില്ലാത്ത നിബിഡവനം. അതിന്റെ വന്യതയിൽ ഏതു സമയത്തും ഞാൻ അപ്രത്യക്ഷനായെന്നു വരും. അതുകൊണ്ട് എത്രയും വേഗം ഞാൻ രക്ഷപ്പെടുകയാണ്."

ഈ രക്ഷപ്പെടൽ പുതിയ ചില കണ്ടുപിടിത്തങ്ങൾക്ക് നിമിത്തമായി. ബറീലിയം, യ്ട്രിയം, ടൈറ്റാനിയം എന്നീ പുതിയ മൂലകങ്ങൾ കണ്ടെത്തിയത് ഇക്കാലത്താണ്.

ലിബീഗും വൊയ്‌ലറും തമ്മിലുള്ള ആത്മബന്ധം എല്ലാവർക്കും കടങ്കഥയാണ്. സ്വഭാവത്തിൽ ഇരു ധ്രുവങ്ങളിലാണവർ. വൊയ്‌ലർ ശാന്തൻ, മിതഭാഷി. ലിബീഗ് പരിസരബോധമില്ലാത്ത എടുത്തുചാട്ടക്കാരൻ, നിഷേധി. കുട്ടിയായിരിക്കെ ഒരു തെരുവുയുദ്ധത്തിൽ കക്ഷിചേർന്ന് മൂന്നുദിവസം ജയിലിൽ കിടന്നപുള്ളി. മുഖത്തടിച്ചപോലെ പെരുമാറ്റം. ഒന്നു പറഞ്ഞ് രണ്ടാമത് കൈയാങ്കളി. അനീതിക്കെതിരെ വിട്ടുവീഴ്ചയില്ലാത്ത പ്രതികരണം. ശത്രുക്കൾ ഇഷ്ടംപോലെ. മിത്രങ്ങളേ ഇല്ലെന്നു പറയുകയാവും കൂടുതൽ ശരി. സമാരാധ്യനായ ബെർസീലിയസിനെപ്പോലും പുലഭ്യംപറഞ്ഞ് 'കേമ'നായിട്ടുണ്ട്. സംഗതി നിസ്സാരം. തന്റെയൊരു പുസ്തകം ആചാര്യനുസമർപ്പിക്കാൻ അനുമതി ചോദിച്ചെഴുതി. അനുമതി കിട്ടി. പക്ഷേ, കത്തിൽ അനുമതിക്കൊപ്പം പുസ്തകത്തിന്റെ ശൈലിയെക്കുറിച്ച് അത്ര ഹിതകരമല്ലാത്തതെന്തോ സൂചിപ്പിച്ചിരിക്കുന്നു. ഉടൻ വന്നു തെറിക്കത്ത്. സമർപ്പണം വേണ്ടെന്നു വെക്കുകയും ചെയ്തു. അങ്ങനെയൊരു ഭരങ്കരനോടാണ് ജീവിതകാലം മുഴുവൻ ഇങ്ങനെയൊരു ബന്ധം. ഒന്നിച്ച് ഇത്രയേറെ ഗവേഷണം ചെയ്തിട്ടും ഒരിക്കൽപ്പോലും തമ്മിൽ കലഹിക്കുകയുണ്ടായില്ലെന്നത് അത്ഭുതം തന്നെയല്ലേ? ഒരിക്കൽ സഹചാരിയായ മറ്റൊരു ശാസ്ത്രജ്ഞനുമായി ലിബീഗ് ഏറ്റുമുട്ടി. എല്ലാ നിയന്ത്രണങ്ങളും വിട്ടുള്ള ആക്രമണം. വൊയ്‌ലർ എല്ലാറ്റിനും സാക്ഷി. പ്രതിയോഗി സ്ഥലംവിട്ടപ്പോൾ വൊയ്‌ലർ സുഹൃത്തിനെ വിളിച്ചു; തുടർന്ന് ഇങ്ങനെ ചില വാക്കുകൾ: "നിങ്ങൾ അയാളുമായി പിണങ്ങിയാൽ നിങ്ങൾ രണ്ടുപേർക്കും ശാസ്ത്രത്തിനും എന്തുഗുണമാണുണ്ടാവുക? കോപം കരളിനു കേടുവരുത്തുമെന്നറിയാമല്ലോ. ഇത് 1900 ആണെന്നും നാം രണ്ടുപേരും മരിച്ച് നമ്മുടെ ശരീരം കുറേ കാർബണും ഹൈഡ്രജനും അമോണിയയുമൊക്കെയായി വിഘടിച്ച് കഴിഞ്ഞിരിക്കുകയാണെന്നും നമ്മുടെ ചാരം നമ്മുടെ ശ്വാനന്മാരുടെ അസ്ഥിയുടെ ഭാഗമായിക്കഴിഞ്ഞിരിക്കുകയാണെന്നും വിചാരിക്കുക. നാം ജീവിച്ചത് ക്ഷിപ്രകോപികളായാണോ പരമശാന്തശീലരായാണോ എന്ന് അന്ന് ആരെങ്കിലും ചിന്തയ്ക്ക് വിഷയമാക്കുമോ? ഇല്ല അതേസമയം താൻ കണ്ടെത്തിയ സത്യങ്ങളുണ്ടല്ലോ, അത് എക്കാലവും ഓർമിക്കപ്പെടുകതന്നെചെയ്യും."

1882 ൽ എൺപത്തിമൂന്നാം വയസിൽ, മൂന്നു ദിവസം നീണ്ടുനിൽക്കുന്ന അസുഖത്തെത്തുടർന്ന് വൊയ്‌ലർ അന്തരിച്ചു. അതിനും ഏഴു വർഷം മുമ്പ് സുഹൃത്ത് കാലയവനികയ്ക്കുള്ളിൽ മറഞ്ഞുകഴിഞ്ഞിരുന്നു.

കാലം എത്രവേഗത്തിലാണ് കടന്നുപോയത്! തുടർന്നുള്ള ദശകങ്ങൾ രസതന്ത്രരംഗത്ത് എന്തെല്ലാം വൻകുതിച്ചു ചാട്ടങ്ങൾക്കാണ് തുടക്കം കുറിച്ചത്! ജൈവരസതന്ത്രം അതിവേഗം കുതിച്ചു വളരുന്ന

വിജ്ഞാനശാഖയായി. ജീവിശരീരത്തിന്റെ തന്മാത്രാ രഹസ്യങ്ങൾ അത് ഒന്നൊന്നായി അനാവരണം ചെയ്തു. അമേരിക്കയിൽ റോബർട്ട് വുഡ് വേഡ് പത്തുലക്ഷത്തിലേറെ ആറ്റങ്ങളുള്ള ഒരു പ്രോട്ടീൻ തന്മാത്രയു ണ്ടാക്കി ചരിത്രംകുറിച്ചു. പോൾ എർലിക്ക്; സിഫിലിസ് എന്ന രോഗ ത്തിനെതിരെ സാൽവർസാൻ എന്ന മരുന്ന് തന്മാത്രാരസതന്ത്രം വഴി നിർമിച്ചു. രാസചികിത്സയ്ക്ക് (കീമോതെറാപ്പി-- കൃത്രിമമായി ഉണ്ടാക്കിയ രാസവസ്തുക്കൾ ഔഷധമായി ഉപയോഗിക്കുന്ന സമ്പ്രദാ യം) ഇത് തുടക്കം കുറിച്ചു. ഡ്യൂപോണ്ട് കമ്പനിക്കാർ കൃത്രിമറബ്ബർ ഉണ്ടാക്കി (നിയൊപ്രീൻ). ഇതെല്ലാം ഇരുപതാംനൂറ്റാണ്ടിൽ നടന്ന സംഭ വങ്ങളാണ്. പിന്നീട് ജീവിഘടനയുടെ രഹസ്യം തേടി ജെയിംസ് വാട്ട്സണും ഫ്രാൻസിസ് ക്രിക്കും ന്യൂക്ലിക്ക് അമ്ലത്തിന്റെ (DNA) ഘടന കണ്ടെത്തി ചരിത്രം സൃഷ്ടിക്കുകപോലും ചെയ്തു. ശാസ്ത്രശാഖകൾ തമ്മിൽ പരസ്പരം ചേർന്ന് ഒന്നാവുകയായിരുന്നു. മറ്റൊരു ദിശയിൽ ഇരുപത്തിഒന്നാം നൂറ്റാണ്ടിന്റെ ആരംഭത്തോടെ അണു(ആറ്റം) ഘടന സുതാര്യമാംവിധം വ്യക്തമാക്കപ്പെട്ടു. ആറ്റം ബോംബിന്റെ കണ്ടുപിടി ത്തത്തോളമെത്തുന്ന സംഭവവികാസങ്ങൾക്ക് ഇതു വഴിതെളിച്ചു.

തിരിഞ്ഞുനോക്കുമ്പോൾ വൊയ്‌ലറും ഡിൽട്ടണും ലിബീഗും നിർമിച്ച അടിത്തറയുടെ മുകളിലാണ് ഈ മുന്നേറ്റങ്ങളെല്ലാം പണിതുയർത്തപ്പെട്ട ത് എന്നു കാണാൻ കഴിയും.

പത്തൊൻപതാം നൂറ്റാണ്ടിന്റെ ഏതാണ്ട് അന്ത്യദശകത്തിൽ ബെൻസീന്റെ ഘടനനിർണയിച്ച് രസതന്ത്രത്തിലെ പല സുപ്രധാന കണ്ടു പിടിത്തങ്ങൾക്കും വഴിയൊരുക്കിയ കെക്കുലെയെക്കുറിച്ചാണ് ഇനി പറ യാൻ പോകുന്നത്.

15

കെക്കുലെ:
സ്വപ്നത്തിൽ പിറന്ന സത്യങ്ങൾ

കെക്കുലെ

"**മാ**ന്യരേ, നമുക്ക് സ്വപ്നം കാണാൻ പഠിക്കാം. എങ്കിൽ ചിലപ്പോൾ സത്യം കണ്ടെത്താൻ കഴിഞ്ഞെന്നു വരും. പക്ഷേ, ഒരു മുന്നറിയിപ്പ്—ഉറക്കത്തിൽ കണ്ട കാര്യങ്ങൾ ഉണർന്നശേഷം പരീക്ഷണ വിധേയമാക്കാതെ പ്രസിദ്ധപ്പെടുത്തരുത്." ഫ്രഡറിച്ച് ആഗസ്റ്റ് വോൺ സ്ടോഡോണിറ്റ്സ് കെക്കുല എന്ന മഹാശാസ്ത്രജ്ഞന്റെ വാക്കുകളാണ് മുകളിലുദ്ധരിച്ചത്. സ്വപ്നദർശനങ്ങളിലൂടെ ബെൻസീൻ എന്ന കാർബൺ യൗഗികത്തിന്റെ ഘടന നിർണയിച്ച് ശാസ്ത്രത്തിന്റെ ചിരപ്രതിഷ്ഠ നേടിയ രസതന്ത്രജ്ഞനാണദ്ദേഹം. ബെൻസീന്റെ ഘടനയെക്കുറിച്ചുള്ള അറിവ് രസതന്ത്രത്തിലെ പല സുപ്രധാന കണ്ടുപിടിത്തങ്ങൾക്കും വഴിയൊരുക്കി.

ബെൻസീൻ വളയത്തിന്റെ തന്മാത്രാ ഘടനയെക്കുറിച്ചായിരുന്നു ആ സ്വപ്ന ദർശനം. അതിനു മുമ്പ് ഒരു ബസ് യാത്രക്കിടയിൽ കെക്കുലെ ഒരു പകൽക്കിനാവു കണ്ടു:

> സുന്ദരമായ ഒരു സായാഹ്നം. അവസാനത്തെ ബസിൽ ഞാൻ വീട്ടിലേക്കു മടങ്ങുകയാണ്. നഗരവീഥികളിലൂടെ ബസ് അങ്ങനെ പോവുകയാണ്. ഞാനൊന്നു മയങ്ങി. ഓ, അടുത്ത നിമിഷം ആറ്റങ്ങൾ എന്റെ കൺമുമ്പിൽ നൃത്തം തുടങ്ങി. എന്റെ മുമ്പിൽ വരുമ്പൊഴെല്ലാം, അവയിങ്ങനെ മനോഹരമായി ചലിച്ചുകൊണ്ടിരിക്കും. മുമ്പും ഇങ്ങനെ സംഭവിച്ചിട്ടുണ്ട്. എന്നാലിപ്പോൾ താരതമ്യേന വലിപ്പം കുറഞ്ഞ രണ്ടാറ്റങ്ങൾ ജോടിചേരുന്നതു ഞാൻ കണ്ടു. പിന്നെ വലിയ ഒരാറ്റം ജോടികളിലൊന്നിനെ ആലിംഗനം ചെയ്തു. തുടർന്ന് കൂടുതൽ വലിയ ഒന്ന് ചെറിയ മൂന്നെണ്ണത്തിനെയോ നാലെണ്ണത്തിനെയോ പിടികൂടി. പിന്നെ അവ വൃത്തത്തിൽ കറങ്ങാൻ തുടങ്ങി. ഒരു ചങ്ങല രൂപത്തിലായി വലിയ ആറ്റങ്ങൾ ചെറിയ ആറ്റങ്ങളെ വലിച്ചു. പക്ഷേ, ചങ്ങലയുടെ അവസാനകണ്ണികളെ മാത്രമേ കാണാൻ കഴിയുന്നുള്ളൂ....... പെട്ടെന്ന് ഞാൻ ഞെട്ടിയുണർന്നു. 'ക്ലോപാം റോഡ്' കണ്ടക്ടറുടെ വിളി. ഈ സ്വപ്നം കടലാസിലേക്കു പകർത്തിയതിനുശേഷം മാത്രമേ ഞാനന്ന് ഉറങ്ങാൻ കിടന്നുള്ളൂ.

കാർബണിന്റെ സംയോജകത (വാലൻസി)യെക്കുറിച്ചുള്ള അറിവുകളാണ് ഈ പകൽക്കിനാവിൽനിന്ന് പിന്നീടദ്ദേഹം അനാവരണം ചെയ്തത്.

പിന്നീട് 1865 ൽ ഒരുദിവസം അന്നദ്ദേഹം ലണ്ടനിൽ വന്നതായിരുന്നു. മുറിയിൽ എന്തോ എഴുതിക്കൊണ്ടിരിക്കുകയാണ്. എന്നാൽ വിചാരിച്ചപോലെ ആശയങ്ങൾ പേനത്തുമ്പിലെത്തുന്നില്ല. ചിന്തകൾ മറ്റെവിടെയോ ആണെന്നുതോന്നി.

> നെരിപ്പോടിനടുത്തേക്ക് കസേരനീക്കിയിട്ട് ഞാൻ കണ്ണടച്ചു. കുറേക്കഴിഞ്ഞതും ആറ്റങ്ങൾ എന്റെ മുമ്പിൽവന്നുകളിക്കാൻ തുടങ്ങി. ചെറിയവ കൂട്ടംചേർന്ന് പിന്നിൽ ഒതുങ്ങി നിന്നു. ഇത്തരത്തിലുള്ള നിരവധി ദർശനങ്ങൾവഴി പാകംവന്ന എന്റെ അന്തർ നേത്രങ്ങൾക്ക് പലതരം സംയോജനങ്ങൾ വഴി രൂപംകൊണ്ട കൂടുതൽ വലിയ ഘടനകളെ തിരിച്ചറിയാൻ പ്രയാസമില്ലായിരുന്നു. ഒന്നിനോടൊന്നായി അടുക്കിവച്ച കണക്കിൽ ചിലപ്പോളവ പാമ്പിനെപ്പോലെ വളയുകയും പുളയുകയും തമ്മിൽ പിണയുകയും ചുരുളുകയും നൃത്തമാടുകയും ചെയ്തു. പെട്ടെന്ന്, എന്താണ് ഞാനീ കാണുന്നത്? പാമ്പുകളിൽ ഒന്ന് സ്വന്തം വാൽതന്നെ വിഴുങ്ങിയിരിക്കുന്നു. പിന്നെ പരിഹാസഭാവത്തോടെ എന്നെ നോക്കിക്കൊണ്ട് അത് നൃത്തം ചെയ്തു. ആ നിമിഷം ഞാനുണർന്നു. തലയിൽ ഒരു മിന്നൽ. രാത്രി ഏറെ വൈകുവോളം ആ സ്വപ്നദർശനത്തിന്റെ സാധ്യതകൾ കണക്കുകൂട്ടിക്കൊണ്ടിരുന്നു. ബെൻസീന്റെ വലയ ഘടന അപ്പോൾത്തന്നെ കടലാസിൽ പകർത്തി. മാന്യരേ, നമുക്കു

സ്വപ്നം കാണാൻ പഠിക്കാം. അതിൽനിന്നു ചിലപ്പോൾ സത്യം കണ്ടെത്താൻ കഴിഞ്ഞെന്നുവരും.

രണ്ടവസരങ്ങളിലും സ്വപ്നദർശനത്തെ ഊന്നുവടിയാക്കിക്കൊണ്ട് കെക്കുലെ സത്യത്തിൽ എത്തിച്ചേർന്നു. ആദ്യസ്വപ്നം കാർബണിന്റെ സംയോജകത നാലാണെന്ന അറിവിലേക്കു നയിച്ചു. ആ അറിവിന്റെ വെളിച്ചത്തിൽ ഒട്ടനവധി കാർബൺസംയുക്തങ്ങളുടെ ഘടന വിശദീകരിക്കുകയും ചിത്രീകരിക്കുകയും ചെയ്തു.

രണ്ടാമത്തെ സ്വപ്നത്തിൽ ബെൻസീന്റെ ഘടന പൂർണമായും മുന്നിൽത്തെളിഞ്ഞു. ആറ് കാർബൺ ആറ്റവും ആറ് ഹൈഡ്രജൻ ആറ്റവും ചേർന്നുണ്ടാക്കുന്ന ഹൈഡ്രോകാർബൺ തന്മാത്രയാണ് ബെൻസീൻ എന്നറിയാമല്ലോ. കോൾടാറിൽ നിന്നാണ് ബെൻസീൻ നിർമിക്കുന്നത്. ഏറെ സുപരിചിതമായ വസ്തു. പക്ഷേ, ആറ്റങ്ങളുടെ ക്രമീകരണം ഏതുരീതിയിലാണ്? ഏറെക്കാലമായി ഈ ചോദ്യം ശാസ്ത്രജ്ഞൻ സ്വയം ചോദിക്കുന്നു. ഉത്തരം കിട്ടാതെ വിഷമിക്കുന്നു. ഊണിലും ഉറക്കിലും ഈ വിചാരം വിടാതെ കൂടെയുണ്ട്. അന്ന് അടുപ്പിനരികെയിരുന്ന് എഴുതിക്കൊണ്ടിരുന്നതും ബെൻസീനെക്കുറിച്ചായിരുന്നു. സ്വന്തം വാലുവിഴുങ്ങി നൃത്തം ചെയ്തുകൊണ്ടിരുന്ന ആ സർപ്പം ഈ ചിന്തകളുടെ ചിത്രരൂപമായിരിക്കണം. വലയരൂപത്തിലൊരു കാർബണിക തന്മാത്ര! അതുവരെ പഠിച്ചതും അറിഞ്ഞതുമെല്ലാം തുറന്ന ശൃംഖലകളുടെ രൂപത്തിലായിരുന്നു. മീഥേൽ, ഈഥേൻ, പ്രൊപേൽ തുടങ്ങിയവ. സ്വപ്നത്തിലെ ചിത്രം വ്യക്തമാക്കിയത് ബെൻസീന്റെ ഘടന വ്യത്യസ്തമാണെന്നല്ലേ? ചിന്തകൾ ആ വഴിക്കു പോയി. അധികം താമസിയാതെ ആ രാത്രിതന്നെ ബെൻസിന്റെ കൃത്യമായ ഘടന കണ്ടുപിടിക്കുകയും ചെയ്തു.

ഒരു വിപ്ലവത്തിന്റെ തുടക്കമായിരുന്നു ഈ സംഭവം. കാർബൺ ആറ്റത്തിന്റെ എണ്ണത്തിൽ വ്യത്യാസമുള്ള എത്രയോ വലയങ്ങൾ കാർബണിക രസതന്ത്രലോകത്തുണ്ട്. ഒന്നൊന്നായി അതെല്ലാം മനുഷ്യബുദ്ധിക്കുവഴങ്ങി കെക്കുലെയുടെ പാമ്പ് എല്ലാറ്റിനേയും പിടിച്ചു പുറത്തിട്ടു. സ്വന്തം വാൽ വിഴുങ്ങി നൃത്തം ചെയ്യുന്ന ഒന്നിലേറെ പാമ്പുകൾ ചേർന്ന് കൂടുതൽ വലിയ തന്മാത്രകൾ ഉണ്ടാക്കുന്നതും കണ്ടു. ഉദാഹരണമായി നാഫ്തലിനെ നോക്കൂ, രണ്ട് ബെൻസീൻ വലയങ്ങൾ ചേർന്നാണ് നാഫ്തലീനും മൂന്ന് ബെൻസീൻ വലയങ്ങൾ ചേർന്ന് ആന്ത്രോസീനും ഉണ്ടാകുന്നത്.

ഫ്രെഡറിച്ച് ആഗസ്റ്റ്കെക്കുലെ 1929 സെപ്തംബർ മാസത്തിൽ ജർമനിയിലെ ഡാംസ്റ്റാഡ്റ്റ് എന്ന സ്ഥലത്തു ജനിച്ചു. ഒരു ആർക്കിടെക്റ്റ് ആകാനായിരുന്നു ആഗ്രഹം. അതു നടന്നില്ലെങ്കിലും കാർബൺ സംയുക്തങ്ങളുടെ തച്ചുശാസ്ത്രജ്ഞനായി അനശ്വരകീർത്തിനേടി. കുട്ടിക്കാലം തൊട്ടേ കെട്ടിടങ്ങളുടെയും മറ്റും ഘടന നോക്കിനിൽക്കുമ്പോൾ സ്വയം മറന്നുപോകുമായിരുന്നു. വളർന്നപ്പോൾ പലേടത്തും സഞ്ചരിച്ച് പലതരം

കെട്ടിടങ്ങളുടെ തച്ചുശാസ്ത്രം വിശദമായി പഠിച്ചു. മികച്ച ഒരു ആർക്കിടെക്റ്റ് ആയിത്തീരണമെന്ന ആഗ്രഹവുമായി നടന്നു. ഗീസെൽ സർവകലാശാലയിൽ ചേർന്ന് ആർക്കിടെക്ചർ പഠിക്കാനും തുടങ്ങി, ബിരുദമെടുക്കുകയും ചെയ്തു. എന്നാൽ കോളേജ്‌വിടുമ്പോഴേക്കും തന്റെവഴി രസതന്ത്രത്തിന്റേതാണെന്നു തിരിച്ചറിഞ്ഞു കഴിഞ്ഞിരുന്നു.

എല്ലാറ്റിനും കാരണം ഒറ്റയൊരാൾ! അന്നവിടെ രസതന്ത്ര പ്രൊഫസറായിരുന്ന ലിബീഗ്! പ്രൊഫസറുടെ ഒരു പ്രസംഗമാണ് നിമിത്തമായത്. പിന്നെ എല്ലാപ്രസംഗങ്ങളും കേൾക്കാൻ തുടങ്ങി. പ്രൊഫസറെ അടുത്തുപരിചയപ്പെട്ടു. ലാബിൽ ചെന്ന് അദ്ദേഹം ജോലിചെയ്ത് അടുത്തുനിരീക്ഷിച്ചു. അതോടെ കെട്ടിടങ്ങളെ മറന്നു. ആറ്റങ്ങളുടെയും തന്മാത്രകളുടെയും ലോകത്തെ പുണർന്നു.

സ്വന്തമായി പരീക്ഷണശാല സ്ഥാപിച്ചാണ് കെക്കുലെ ഗവേഷണങ്ങൾ ആരംഭിച്ചത്. അതിനുമുമ്പ് ഡോക്ടറേറ്റ് എടുത്തയുടൻ ഇംഗ്ലണ്ടിലും ഫ്രാൻസിലും സഞ്ചരിച്ച് അന്നത്തെ പ്രമുഖ രസതന്ത്രജ്ഞരുമായി ആശയവിനിമയം നടത്തുകയുണ്ടായി. തിരിച്ചുവന്നശേഷം ഹൈസൻബർഗ് സർവകലാശാലയിൽ പ്രൊഫസർ പദവി സ്വീകരിച്ചു. അവിടെ വച്ച് അറിയപ്പെടുന്ന മിക്കവാറും എല്ലാകാർബണിക - അകാർബണിക സംയുക്തങ്ങളുടെയും ഘടനാപരമായ ഫോർമുലകൾ നിർണയിച്ചു. കെക്കുലെയുടെ കാർബണിക രസതന്ത്ര പാഠപുസ്തകം ലോകപ്രസിദ്ധമാണ്. ഇന്നറിയുന്ന രീതിയിലുള്ള കാർബണിക രസതന്ത്രത്തിന്റെ ആരംഭം ഈ വിശിഷ്ടകൃതിയുടെ പ്രസിദ്ധീകരണം തൊട്ടാണ്.

ബോൺ സർവകലാശാലയിൽ സേവനമനുഷ്ഠിച്ചുകൊണ്ടിരിക്കെ 1896 ൽ അന്തരിച്ചു.

16

മെൻഡലീവ്:
മൂലകങ്ങൾകൊണ്ട് ഏഴുനിലമാളിക

മെൻഡലീവ്

ഏഴുനിലകളുള്ള ഒരു മണിമാളിക സങ്കൽപ്പിക്കൂ. സാധാരണ മാളികയല്ലിത്. ഏറ്റവും മുകളിലുള്ളതാണ് ഒന്നാംനില. ഏറ്റവും മുകളിലത്തെ നില ഏറ്റവും താഴത്താണ് വരിക. ഒരു പുതിയ നിലകൂടി ചേർക്കണമെന്നുണ്ടെങ്കിൽ അത് ഏറ്റവും താഴെയുള്ളതിനും കീഴെയാണ് പണിയേണ്ടത്. അങ്ങനെ നോക്കുമ്പോൾ മുകളിൽ നിന്ന് താഴോട്ടും വളരുന്ന ഒരു മഹാഹർമ്യമാണിത്.

മാളികയുടെ ഏറ്റവും മുകളിലെ ഒന്നാംനിലയിൽ രണ്ടേരണ്ടു മുറികൾ മാത്രമാണുള്ളത്. രണ്ടും മൂന്നും നിലയിൽ ഓരോന്നിലും മുപ്പത്തിരണ്ടു മുറികൾ വീതം കാണാം. ഒന്നാം നിലയിലെ ഒന്നാംനമ്പർ മുറിയിൽ താമസം ഹൈഡ്രജനാണ്. രണ്ടാം നമ്പർ റൂമിൽ അയാളുടെ ചങ്ങാതി മിസ്റ്റർ ഹീലിയവും. എല്ലാ മുറികളിലെയും അന്തേവാസികളെ നിങ്ങൾ താമസിയാതെ പരിചയപ്പെട്ടുകൊള്ളും. അഥവാ ഏറെപ്പേരും നിങ്ങളുടെ അടുത്തപരിചയക്കാരാണ്. പേര് പറയുകയേവേണ്ടൂ നിങ്ങളവരെ തിരിച്ചറിയും. അതൊക്കെ പിന്നീടാവട്ടെ. തൽക്കാലം ഈ മണിമേടയെക്കുറിച്ച് ചിലകാര്യങ്ങൾകൂടി പറഞ്ഞു, ആ വിഷയത്തിലേക്ക് പിന്നീടു വരാം.

പിന്നെ ഈ മണിസൗധത്തിന്റെ പേരു പറഞ്ഞില്ലല്ലോ. പേര് 'ആവർത്തനപ്പട്ടിക' എന്നാകുന്നു. അതായത് 'പിരിയോഡിക് ടേബിൾ' ആരാണ് ഈ രമ്യഹർമ്യത്തിന്റെ ശിൽപ്പി എന്നറിയണ്ടേ? അദ്ദേഹത്തെക്കുറിച്ചാണ് ഇനിയുള്ള ഭാഗങ്ങളിൽ പറയാൻ പോകുന്നത്. മെൻഡലീവെന്നാകുന്നു ആ മഹാപുരുഷന്റെ നാമധേയം, ദിമിത്രി ഇവാനൊവിച്ച് മെൻഡലീവ്. ലോകമുള്ളിടത്തോളം ഈ പേര് ഓർമിക്കപ്പെടും. കാരണമെന്താണെന്നോ? രസതന്ത്രപഠനത്തിന് അടുക്കുംചിട്ടയും ഉണ്ടായത് ആവർത്തനപ്പട്ടികയുടെ വരവോടെയാണ്. രസതന്ത്രത്തിന്റെ ഭൂതവും വർത്തമാനവും മാത്രമല്ല ഭാവിയും ഈ 'മാന്ത്രിക'മാളിക വ്യക്തമാക്കിത്തരും. രസതന്ത്രവുമായി ബന്ധപ്പെട്ടവരുടെയെല്ലാം ഭാവനയെ, അന്വേഷണ തൃഷ്ണയെ, ശാസ്ത്രബോധത്തെ അത് ഇന്നും പ്രചോദിപ്പിച്ചു കൊണ്ടിരിക്കുന്നു.

ആവർത്തനപ്പട്ടികയെപ്പറ്റി ചിന്തിക്കുമ്പോൾ മെൻഡലീവിനെക്കുറിച്ചു മാത്രം പറഞ്ഞാൽ പോരാ. എല്ലാറ്റിനും ഒരടുക്കും ചിട്ടയും ഉണ്ടാകണമെന്ന് ആഗ്രഹിച്ച വ്യക്തികൾ മെൻഡലീവിനു മുമ്പും ഉണ്ടായിരുന്നു. ഉദാഹരണമായി, പത്തൊമ്പതാം നൂറ്റാണ്ടിൽ ഇംഗ്ലണ്ടിൽ ജീവിച്ച ജോൺ ന്യൂലാന്റ്സ്. 1865 ൽ മൂലകങ്ങൾ പ്രത്യേകരീതിയിൽ ക്രമീകരിച്ച് സ്ഥാനപ്പെടുത്തിയ ഒരു പട്ടികയുമായി ഇദ്ദേഹം ഇംഗ്ലീഷ് കെമിക്കൽ സൊസൈറ്റിയെ സമീപിച്ചു. ഓരോ മൂലകത്തെയും ഒരു പ്രത്യേക രീതിയിൽ ക്രമീകരിക്കുന്നപക്ഷം എട്ടാമതുവരുന്നത് ഗുണധർമത്തിൽ അതിന് ഏഴുസ്ഥാനം മുമ്പുള്ള മൂലകവുമായി സാദൃശ്യം പുലർത്തുന്നു എന്നു കാണാവുന്നതാണ്. ഇതായിരുന്നു പ്രൊഫസറുടെ കണ്ടെത്തൽ. സംഗീതത്തിലെ അഷ്ടകനിയമത്തെ (Law of octaves) ഇത് ശക്തിയായി ഓർമിപ്പിക്കുന്നു ഇല്ലേ? സ-രി-ഗ-മ-പ-ധ-നി-സ-------ആവർത്തനപ്പട്ടികയിൽ ഏഴുകഴിഞ്ഞ് എട്ടാമത്തേത് ആവർത്തനം. ഇതിനും പ്രൊഫസർ അഷ്ടകനിയമം എന്നുതന്നെ പേരുനൽകി.

പക്ഷേ, എന്താണുണ്ടായതെന്നോ? കെമിക്കൽ സൊസൈറ്റിയുടെ തലതൊട്ടപ്പന്മാർ തലതല്ലിച്ചിരിച്ചു. സ-രി-ഗ-മ------- ആവർത്തിച്ചാലപിച്ച് പ്രൊഫസറെ കളിയാക്കി. കെമിസ്ട്രി വേറെ, സംഗീതം വേറെ. ഇതിനേക്കാൾ എന്തുകൊണ്ടും നല്ലത് ഇംഗ്ലീഷ് അക്ഷരമാല ഉപയോഗിക്കുന്നതാവും. ഒന്നും മറുത്തുപറയാനാവാതെ ന്യൂലാന്റ് തിരിച്ചുപോയി. പിന്നീട് ഒരുവേദിയിലും ഈ വിഷയം അവതരിപ്പിക്കാൻ ധൈര്യമില്ലാത്ത വിധം അദ്ദേഹം അത്രമേൽ പരിചയം രുചിച്ചു കഴിഞ്ഞിരുന്നു. അങ്ങനെ ആദ്യത്തെ ആവർത്തനപ്പട്ടിക. ചാപിള്ളയായി അവസാനിച്ചു.

ഇക്കാര്യമൊന്നുമറിയാതെ, അങ്ങ് റഷ്യയിൽ മെൻഡലീവ് അപ്പോഴേക്കും ഇതേ രഥ്യയിലൂടെ ഏറെദൂരം മുന്നേറിക്കഴിഞ്ഞിരുന്നു. രസതന്ത്രലോകത്ത് എന്തെല്ലാം മാന്ത്രിക വിദ്യകളാണ് മെൻഡലീവ് ഒന്നൊന്നായി കാട്ടിയതെന്നറിയണ്ടേ? അയാൾ ഭാവിയിൽ കണ്ടുപിടിക്കാനിരിക്കുന്ന പല മൂലകങ്ങളുടെയും ഗുണധർമങ്ങൾ കൃത്യമായി പ്രവചിച്ചു. അറിയപ്പെട്ട ചില അറ്റോമിക ഭാരങ്ങൾ തിരുത്തിക്കുറിച്ചു. ഒരു മൂലകത്തിന്റെ അറ്റോ

മിക ഭാരവും അതിന്റെ ഗുണധർമങ്ങളും തമ്മിൽ ബന്ധമുണ്ടെന്നുക ണ്ടെത്തി. ഇതെല്ലാം സാധിച്ചത് ആവർത്തനപ്പട്ടികയുടെ ആവിഷ്കാര ത്തിലൂടെയായിരുന്നു.

തന്റെ മാന്ത്രികപ്പട്ടികയായ മൂലകങ്ങളുടെ ആവർത്തനപ്പട്ടിക 1869 ലാണ് മെൻഡലീവ് പ്രസിദ്ധപ്പെടുത്തുന്നത്. അന്ന് അറിയപ്പെട്ടിരുന്ന 63 മൂലകങ്ങളെയും അദ്ദേഹം ചില രസതന്ത്രനിയമങ്ങളുടെ അടിസ്ഥാന ത്തിൽ പട്ടികപ്പെടുത്തി. മൂലകങ്ങളുടെ അണുഭാരവും അവയുടെ ഗുണ ധർമങ്ങളും തമ്മിൽ ബന്ധമുണ്ട് എന്നതിന്റെ അടിസ്ഥാനത്തിലായിരുന്നു ഈ പട്ടികപ്പെടുത്തൽ.

"മൂലകങ്ങളുടെ ഗുണധർമങ്ങളും അവയുടെ സംയുക്തങ്ങളുടെ രൂപ ഗുണധർമങ്ങളും മൂലകങ്ങളുടെ അണുഭാരത്തിന്റെ ആവർത്തനമാണ്" എന്നുള്ളതാകുന്നു മെൻഡലീവിന്റെ ആവർത്തനനിയമം.

1834 ൽ സൈബീരിയയിലെ ടൊ ബോൾട്ട്പട്ടണത്തിലാണ് മെൻഡ ലീവിന്റെ ജനനം. പ്രമാണിമാരുടെ കുടുംബം. അക്ഷര ലോകത്ത് പേരു കേട്ടവരാണ് പിതാമഹന്മാർ. സൈബീരിയയിൽ ആദ്യമായി ഒരച്ചുകൂടം തുടങ്ങിയതും വർത്തമാനപത്രം തുടങ്ങിയതും ദിമിത്രിയുടെ മുത്തച്ഛ നാണ്. പിതാവ് സ്ഥലം ഹൈസ്കൂളിലെ പ്രധാനാധ്യാപകൻ. മാതാവ് പേരുകേട്ട സൗന്ദര്യറാണി. എല്ലാംകൊണ്ടും നാട്ടുകാരുടെയെല്ലാം ആദ രവ് കുട്ടികൾക്കുപോലും കിട്ടി. എന്നാൽ നിർഭാഗ്യവും കുടുംബത്തി നൊപ്പംതന്നെ ഉണ്ടായിരുന്നു. പിതാവിനെ ബാധിച്ച കണ്ണുരോഗം പൂർണാ ന്ധതയിലാണവസാനിച്ചത്. നിസ്സാരമായ ഒരു പെൻഷൻ വാങ്ങി ചെറു പ്രായത്തിൽത്തന്നെ സ്കൂളിൽനിന്നു പിരിയേണ്ടിവന്നു. പതിനാലുമക്കളെ പോറ്റേണ്ടകുടുംബഭാരം. നാട്ടിൽ സൽപ്പേരുണ്ടെങ്കിലും സാമ്പ ത്തികസ്ഥിതി അപ്പോഴേക്കും മോശമായിരുന്നു.

എന്നാൽ ഏതു പ്രതിസന്ധിയെയും അതിജീവിക്കാൻ കരുത്തുള്ള ഒരു മാതാവിനെ കിട്ടിയത് ദിമിത്രിയുടെയും അയാളുടെ സഹോദരീ സഹോദരന്മാരുടെയും മഹാഭാഗ്യമായി. സൗന്ദര്യവുമായി ബന്ധപ്പെടുത്തി പറയാറുള്ള അഹങ്കാരമോ സ്വഭാവദൂഷ്യമോ ഒന്നും അവരെ തൊട്ടുതീ ണ്ടിയിട്ടുപോലുമില്ലായിരുന്നു. എല്ലാ കുട്ടികളെയും അവർ പഠിപ്പിച്ചു. എങ്കിലും കുട്ടികൾ പലക്ലാസുകളിലായി പഠിത്തം അവസാനിപ്പിച്ചു. മുതിർന്നവർ ജോലി തേടിപ്പോയി കുടുംബത്തിനു തണലായി. പെൺകു ട്ടികൾ വിവാഹിതരായി. അസാധാരണമായ ധീരതയോടെ മാതാവ് ആ കഷ്ടകാലങ്ങളെ അതിജീവിച്ചു. പഠിത്തത്തിൽ മിടുക്കുകാട്ടിയ മെൻഡ ലീവിനെ പീറ്റേഴ്സ് ബർഗിലെത്തിച്ചു പഠിപ്പിച്ച് അധ്യാപകനാക്കി. ഫിസിക്സും കെമിസ്ട്രിയും ഗണിതവുമായിരുന്നു പഠനകാലത്ത് ഇഷ്ട വിഷയങ്ങൾ.

ദിമിത്രിയുടെ ഏറ്റവുംവലിയ പ്രശ്നം തീരെ ദുർബലമായ സ്വന്തംശരീരം തന്നെയായിരുന്നു. രോഗങ്ങൾ നിരന്തരം വേട്ടയാടിക്കൊ ണ്ടിരുന്നു. പഠനം പൂർത്തിയാക്കി ഉദ്യോഗം കാത്തിരിക്കെയാണ് അമ്മ യുടെ മരണം. ശാരീരികമായും മാനസികമായും അതോടെ കൂടുതൽ

തളർന്നു. കിടക്കവിട്ട് എഴുന്നേൽക്കാൻപോലും പറ്റാതായി. ഡോക്ടർവന്ന് ആറുമാസത്തിലേറെ ജീവിക്കാൻ സാധ്യതയില്ലെന്നു വിധിച്ചു. എന്നാൽ ആറുമാസം പൂർത്തിയാക്കുംമുമ്പുതന്നെ ദിമിത്രി രോഗക്കിടക്കവിട്ട് എഴുന്നേൽക്കുകയാണുണ്ടായത്. ഉത്തരവാദിത്വബോധത്തോടെ അയാൾ ജോലിക്കു പോകാൻ തുടങ്ങി. ക്രിമിയ എന്ന സ്ഥലത്ത് അധ്യാപക ജോലിയാണ് കിട്ടിയത്. ചരിത്രപ്രസിദ്ധമായ ക്രിമിയർ യുദ്ധം എല്ലാം താറുമാറാക്കി. ജോലി നഷ്ടപ്പെട്ടു. സെന്റ്പീറ്റേഴ്സ് ബർഗിലേക്കുമടങ്ങി. ശമ്പളം പ്രതീക്ഷിക്കേണ്ടതില്ലാത്ത ഒരു സ്വകാര്യ വിദ്യാലയത്തിൽ പണികിട്ടി. ഫസ്റ്റ് ക്ലാസിൽ ഫസ്റ്റാണെന്നു പറഞ്ഞിട്ടൊന്നും കാര്യമില്ല. നാട്ടിലെ സ്ഥിതി ആ രീതിയിലൊക്കെയായിരുന്നു. ദയാലുക്കളായ ചില വിദ്യാർഥികൾ കാരുണ്യം തോന്നി എന്തെങ്കിലും കൊടുത്താലായി. എങ്കിലും ഉപരിപഠനമോഹവുമായിത്തന്നെ ദിനങ്ങൾ തള്ളിനീക്കി. പട്ടിണികിടന്ന് ആരോഗ്യം പിന്നേയും മോശമായി. എങ്കിലും സർക്കാരിലേക്ക് അപേക്ഷകൾ സമർപ്പിച്ചുകൊണ്ടിരുന്നു. അവസാനം ഫ്രാൻസിൽ ചെന്നു പഠിക്കാൻ അനുവാദം കിട്ടി. സാർഭരണമാണ്. നാട്ടിൽ വിദ്യാഭ്യാസ സൗകര്യം തീരെക്കുറവായിരുന്നു.

റഷ്യയിൽ തിരിച്ചെത്തിയതും കാർബണിക രസതന്ത്രത്തെക്കുറിച്ച് പുസ്തകമെഴുതാൻ തുടങ്ങി. അതിനിടെ വിവാഹവും നടന്നു. അഞ്ഞൂറോളം പേജുകളുള്ള രസതന്ത്രകൃതി വെറും അറുപതുദിവസം കൊണ്ട് പൂർത്തിയാക്കി. അധികം താമസിയാതെ അത് രസതന്ത്രരംഗത്തെ ഏറ്റവും പേരും പ്രചാരവുമുള്ള ആധികാരിക പാഠപുസ്കമായി മാറി. ദിമിത്രിക്ക് വേണ്ടത്ര പ്രശസ്തിയും അത്യാവശ്യത്തിന് പണവും കിട്ടി. അവാർഡുകൾ വൻ പ്രചോദനമായി ഭവിച്ചു. അംഗീകാരമെന്നനിലയിൽ സെന്റ് പീറ്റേഴ്സ്ബർഗ് സർവകലാശാലയിൽ രസതന്ത്രം പ്രൊഫസറായി നിയമിതനാവുകയും ചെയ്തു.

ഇക്കാലമെല്ലാം മെൻഡലീവ് നിരന്തരം വായിക്കുകയായിരുന്നു; ചിന്തിക്കുകയായിരുന്നു. ആയിരക്കണക്കിന് രാസവസ്തുക്കളുമായി അയാൾ പരിചയപ്പെട്ടു കഴിഞ്ഞു. അവയുടെ സ്വഭാവങ്ങളും ഗുണധർമങ്ങളുമായി അടുത്തു പരിചയമുണ്ടായി. ഇതിന്റെയെല്ലാം അടിസ്ഥാനത്തിൽ മൂലകങ്ങളുടെ പട്ടികയുണ്ടാക്കുന്നതിനെക്കുറിച്ചു ചിന്തിക്കാൻതുടങ്ങി. 1869 ൽ ആവർത്തനപ്പട്ടികയുടെ രൂപത്തിൽ അതിനു സാക്ഷാൽക്കാരമുണ്ടായി.

അറുപത്തിമൂന്നോളം മൂലകങ്ങൾ അന്ന് അറിയപ്പെടുന്നവയായി ഉണ്ടായിരുന്നു എന്നു സൂചിപ്പിച്ചല്ലോ. അധികവും ലോഹങ്ങൾ. പുരാതനകാലം തൊട്ടേ പരിചയമുള്ളവ. സ്വർണം, വെള്ളി, ഇരുമ്പ്, ചെമ്പ്, രസം, കാരീയം, തകരം തുടങ്ങിയവയെല്ലാമുണ്ട്. നൂറ്റാണ്ടുകൾക്കുശേഷം ആന്റിമണിയും ബിസ്മത്തും സ്ഥലം പിടിച്ചു. സിങ്കും പ്ലാറ്റിനവും വന്നു. ഹൈഡ്രജൻ, ഓക്സിജൻ, നൈട്രജൻ, ക്ലോറിൻ, ടങ്സ്റ്റൺ, ക്രോമിയം, മോളിബിഡ്നം, ടൈറ്റാനിയം, സീർക്കോണിയം, യുറേനിയം...... ഇങ്ങനെ അറിയപ്പെടുന്ന മൂലകങ്ങളുടെ എണ്ണം കൂടിക്കൂടി മെൻഡലീവിന്റെ കാലമായപ്പോഴേക്കും അറുപത്തിമൂന്നിലെത്തി.

ഇനി ഈ മൂലകങ്ങളുടെ സ്വഭാവങ്ങൾ നോക്കൂ. എന്തെന്തുനാനാത്വം! ഹൈഡ്രജനും ഓക്സിജനും ക്ലോറിനുമെല്ലാം വാതകങ്ങൾ. എന്നാൽ ഹൈഡ്രജനെ പോലാണോ ക്ലോറിൻ? നിറത്തിലും മണത്തിലും സാന്ദ്രതയിലുമെല്ലാം ഏറെവ്യത്യാസങ്ങൾ. രാസഗുണങ്ങളിൽ അന്തരം. ഹൈഡ്രജൻ സ്വയം കത്തുന്നു. ഓക്സിജൻ നിലനിർത്തുന്നു. രസം ലോഹമാണെങ്കിലും ദ്രവരൂപത്തിലാണ്. സോഡിയവും പൊട്ടാസ്യവും ലോഹങ്ങളാണെങ്കിലും രണ്ടും സോപ്പുപോലെ മൃദുലം! ഇറീഡിയവും പ്ലാറ്റിനവും കടുപ്പം കൂടിയവയെന്നനിലയിൽ ഒന്നാം നിരയിൽ. ഇരുമ്പോ വെള്ളിയോ ജലവുമായി കലരുകയില്ല. ചൂടാക്കിയാലും വിശേഷിച്ചൊന്നും സംഭവിക്കില്ല. എന്നാൽ സോഡിയമോ പൊട്ടാസ്യമോ ആണെങ്കിലോ? ജലസ്പർശത്തിൽത്തന്നെ അതിഭയങ്കരമായി രാസപ്രവർത്തനം സംഭവിക്കുന്നു. വെള്ളത്തിലിട്ട പൊട്ടാസ്യത്തെപ്പോലെ എന്നു ഒരു ഭാഷാശൈലിതന്നെ ഉണ്ടാക്കാം. ലിഥിയം ലോഹമാണെങ്കിലും വെള്ളത്തിൽ പൊന്തിക്കിടക്കും. ഓസ്മിയമാകട്ടെ, ജലത്തിന്റെ ഇരുപത്തിമൂന്നിരട്ടി ഘനത്വം കൂടിയ ഇനമാണ്. ഫ്ളൂറിൻ സാധാരണ ഊഷ്മാവിൽ വാതകമായി നിലനിൽക്കുന്നു. ബ്രോമിനാകട്ടെ, ഉറ്റബന്ധുവാണെന്നു പറയാമെങ്കിലും, സാധാരണ ഊഷ്മാവിൽ ദ്രാവകമാണ് ആർഗണും സീനോണും ക്രിപ്റ്റോണുമെല്ലാം. വാതകങ്ങളെങ്കിലും തീരെ അലസന്മാർ, നിഷ്ക്രിയന്മാർ. നൈട്രജനാകട്ടെ, വായുവോടൊപ്പം സുലഭം. എന്നാൽ മറ്റു മൂലകങ്ങളുമായി പ്രതിപ്രവർത്തിക്കാൻ എന്തൊരുമടിയാണെന്നോ!

കണ്ടല്ലോ, എന്തൊരു വൈവിധ്യം! എന്നാൽ കിണഞ്ഞു പരിശ്രമിച്ചാൽ ഈ വൈവിധ്യത്തിനിടയിൽ ഏകത്വം കാണാനാവില്ലേ? ആറ്റം ഭാരത്തിന്റെയടിസ്ഥാനത്തിൽ മെൻഡലീവ് മൂലകങ്ങളെ തരംതിരിക്കാൻ തുടങ്ങി. ആറ്റം ഭാരം ഒന്നായ ഹൈഡ്രജൻ ഒന്നാംസ്ഥാനത്ത്. തുടർന്ന് രണ്ട്, മൂന്ന് എന്നിങ്ങനെ 63 വരെ (ഇന്നാണെങ്കിൽ പ്രകൃതിയിലെ മൂലകങ്ങൾ 92 (യുറേനിയം) വരെ. അതിനുശേഷം കൃത്രിമ മൂലകങ്ങൾ.

പക്ഷേ, ഇതിൽ എന്തു പുതുമയാണുള്ളത്? അങ്ങനെ സ്വയം ചോദിച്ചുകൊണ്ട് മെൻഡലീവ് 63 കാർഡുകളെടുത്തു. ഓരോന്നിലും ഓരോമൂലകത്തിന്റെ പേരെഴുതി. ഓരോന്നിന്റെയും ആറ്റം ഭാരവും രേഖപ്പെടുത്തി. രാസ-ഭൗതിക ഗുണങ്ങളെല്ലാം ശേഖരിച്ച് ഓരോന്നിലുംകുറിച്ചു. മാസങ്ങളോളം നീണ്ടുനിന്ന കഠിന തപസുതന്നെയായിരുന്നു അത്.

പരീക്ഷണശാലയുടെ ചുവരിൽ കാർഡുകളെല്ലാം വരിവരിയായി തൂക്കിയിട്ടു. പിന്നെ അൽപ്പംമാറിനിന്ന് ഓരോന്നും സശ്രദ്ധം നോക്കി പഠിച്ചു. സമാനസ്വഭാവം കാട്ടുന്നത് ഏതെല്ലാമാണ്? അത്തരം മൂലകങ്ങളെ ഉടൻ സ്ഥാനം മാറ്റും. അങ്ങനെ വന്നുവന്ന് രാസസ്വഭാവങ്ങളുടെ അടിസ്ഥാനത്തിൽ ഏഴു ഗ്രൂപ്പുകളായി മുഴുവൻ മൂലകങ്ങളെയും തരംതിരിക്കാൻ പ്രയാസമുണ്ടായില്ല. താഴെപ്പറയുന്നരീതിയൽ ഗ്രൂപ്പുപേരുകൾ. 1. ലിഥിയം 2. ബെർലിയം 3. ബോറോൺ 4. കാർബൺ 5. നൈട്രജൻ 6.ഓക്സിജൻ 7. ഫ്ളൂറിൻ.

ഇനി എട്ടാമതു വരുന്നത് സോഡിയമാണ്. ലിഥിയത്തോടും പല ഗുണങ്ങളിലും സമാനതയുള്ളതുകൊണ്ട് ഇതിനെ 'ലിഥിയം' ഗ്രൂപ്പിൽ ഉൾപ്പെടുത്തി. ഇങ്ങനെ പോയിപ്പോയി ഇതേരീതിയിൽ പതിനാലാമതു മൂലകം ക്ലോറിൻ. ഹാവൂ, ഏഴാമത്തേത് ഫ്ളോറിൻ ഗ്രൂപ്പ്. സ്വഭാവങ്ങളിൽ രണ്ടുംതമ്മിൽ എന്തൊരു യോജിപ്പ്. അങ്ങനെ ക്ലോറിനെ ഫ്ളൂറിനോടൊപ്പം നിർത്തി. എല്ലാം പൂർത്തിയായപ്പോൾ തികച്ചും ശാസ്ത്രീയമായ ഒരു ക്രമം ഉണ്ടായിരിക്കുന്നു.

എട്ടാമതുവരുന്ന മൂലകം അതിന് ഏഴുസ്ഥാനം മുമ്പുവരുന്ന മൂലകത്തിന്റെ സ്വഭാവം ആവർത്തിക്കുന്നു. ന്യൂസിലാന്റിന്റെ പ്രവചനം എത്ര ശരി! ഇങ്ങനെ വന്നപ്പോൾ ലിഥിയം, സോഡിയം, പൊട്ടാസ്യം, റുബീഡിയം, സീസിയം എന്നിവ ആവർത്തനപ്പട്ടികയിലെ ഒന്നാം കാലത്തിൽ (period) വരുന്നു. ഫ്ളൂറിൻ, ക്ലോറിൻ, ബ്രോമിൻ, അയഡിൻ എന്നിവ അവസാനത്തെഗ്രൂപ്പിലും. മൂലകങ്ങളെ അവയുടെ ഗുണങ്ങളുടെ അടിസ്ഥാനത്തിൽ ക്രമീകരിച്ചതുകൊണ്ടാണ് എല്ലാം എളുപ്പമായിത്തീർന്നത്.

അറുപത്തിമൂന്നു മൂലകങ്ങളുടെ പട്ടികയിൽ ഇനിയും സ്ഥലം ഒഴിവായിക്കിടപ്പുണ്ട്. അറുപതിലേറെ മുറികൾ ഒഴിഞ്ഞു കിടക്കുന്നു. ഇവയിലോരോന്നിലും ആരെ താമസിപ്പിക്കും?

യുറേനിയത്തെ ആദ്യം ഒന്നാംനിലയിൽ കാഡ്മിയത്തിനും ടിന്നിനും ഇടയിലുള്ള സ്ഥലത്താണ് പാർപ്പിച്ചത്. എന്നാലോ, അയൽമുറിയുടെ സ്വഭാവവുമായി യുറേനിയത്തിന് ഒരു പൊരുത്തവുമില്ല. ഈ വിരോധാഭാസം എങ്ങനെവന്നു? മനസിലായി, യുറേനിയത്തിന്റെ ആറ്റംഭാരം കണക്കാക്കിയത് ശരിയല്ല എന്നിടത്താണ് പിശക് സ്ഥിതിചെയ്യുന്നത്. ശരിയിലെത്താൻ അതിന്റെ അറ്റോമിക ഭാരം അമ്പതുശതമാനം കണ്ടെങ്കിലും വർധിക്കേണ്ടതുണ്ട്. ഈ അറിവിന്റെ അടിസ്ഥാനത്തിൽ യുറേനിയത്തെ മൂന്നാം നിലയിലെ മുറിയിൽ നിന്നിറക്കി ആറാം നിലയിൽ പ്രതിഷ്ഠിക്കുകയും ചെയ്തു.

അറുപത്തിമൂന്നു മൂലകങ്ങളുള്ള പട്ടികയിൽ ഇനിയും അറുപതിലേറെ സ്ഥലങ്ങൾ ഒഴിഞ്ഞുകിടപ്പാണെന്ന് മെൻഡലീവ് വ്യക്തമാക്കി. ആ സ്ഥാനങ്ങളിൽ കുടിയിരുത്തേണ്ടവ പ്രകൃതിയിൽ എവിടെയൊക്കെയോ അദൃശ്യരായി കിടപ്പുണ്ട്. അവയെ കണ്ടെത്തേണ്ടത് ശാസ്ത്രത്തിന്റെ ധർമമാണ്. ആ ധർമം ശാസ്ത്രം നിർവഹിക്കുകതന്നെ ചെയ്തു. പുതിയമൂലകങ്ങൾ ഓരോന്നായി കണ്ടെത്തി. നേരത്തെ നിർണയിക്കപ്പെട്ട സ്ഥാനങ്ങളിൽ തന്നെയാണ് അവയെ പ്രതിഷ്ഠിക്കേണ്ടതെന്നും വ്യക്തമായി. ഗാലിയവും ജെർമേനിയവും സ്കാൻഡിയവും പൊളോണിയവും അസ്റ്റോടൈനും ഹാഫ്നിയവും റീനിയവും ടെക്നീഷ്യവും ഫ്രാൻസിയവും റേഡിയവും ആക്ടീനിയവും പ്രൊട്ടാക്റ്റീനിയവും ഈ രീതിയിൽ അറിവായ മൂലകങ്ങളത്രെ.

കാലം പിന്നെയും കടന്നുപോയി. മനുഷ്യന്റെ അറിവു വർധിച്ചു. അത്യാധുനിക ഉപകരണങ്ങൾ ഉണ്ടായി. അണുവിഭജനം സാധ്യമായി. ആറ്റംഭാരം കിറുകൃത്യമായി കണക്കു കൂട്ടാമെന്നുവന്നു. ആറ്റം

സംഖ്യയും തിട്ടപ്പെടുത്താൻ കഴിഞ്ഞു. ഒരു മൂലകത്തെ മറ്റൊരു മൂലകമാക്കി മാറ്റുന്ന വിദ്യപോലും സാധ്യമായി. ഇലക്ട്രോണുകൾ കൂട്ടിച്ചേർത്തും നീക്കം ചെയ്തും മൂലക സ്വഭാവത്തിൽ എന്തുമാറ്റമാണ് ഇന്നു സാധ്യമല്ലാത്തത്? കരിക്കട്ടയെപ്പോലും തനിത്തങ്കമാക്കിമാറ്റാം. ആൽക്കെമിസ്റ്റുകൾ രാപ്പകൽ പാടുപെട്ടിട്ടും എത്രയോ ജന്മങ്ങൾ പാഴാക്കിയിട്ടും നടക്കാത്തത് ഇന്നത്തെ രസതന്ത്രജ്ഞർ എന്തുമാത്രം എളുപ്പമാക്കിയിരിക്കുന്നു!

ഇത്തരം പുതിയപുതിയ അറിവുകൾ ഉണ്ടായതിനനുസരിച്ച് ആവർത്തനപ്പട്ടികയുടെ പോരായ്മകൾ ഓരോന്നായി പുറത്തുവന്നു കൊണ്ടിരുന്നു. ഇതിന്റെയടിസ്ഥാനത്തിൽ അതേഘട്ടത്തിലും മെന്റലീവിന്റെ ആവർത്തനപ്പട്ടിക കൂടുതൽകൂടുതൽ സമ്പൂർണത കൈവരിച്ചു കൊണ്ടിരുന്നു. 'മൂലകങ്ങളുടെ ഗുണധർമങ്ങൾ അവയുടെ അണുസംഖ്യയുടെ (atomic number) ആവർത്തന ഫലങ്ങളാണ്' എന്നിങ്ങനെ പുതിയ നിർവചനം അതോടെ പ്രാബല്യത്തിൽ വന്നു. 'ഏഴു കഴിഞ്ഞ് എട്ടാമത്തെ' എന്ന ക്രമം മാറി, അണുസംഖ്യയുടെ ആരോഹണ ക്രമത്തിൽ വിന്യസിക്കുമ്പോൾ 2,8,8,18,18,32,32............ എന്ന ക്രമത്തിൽ മൂലകങ്ങളുടെ ഗുണധർമങ്ങൾ ആവർത്തിക്കുന്നതായി വ്യക്തമാക്കപ്പെട്ടു. എന്നാൽ ഇതൊന്നും മെൻഡലീവ് കെട്ടിപ്പൊക്കിയ ഏഴുനിലമാളികയുടെ അടിത്തറയെ ഒരുതരത്തിലും ബാധിച്ചില്ല. അവിടെയുമിവിടെയും ചില അറ്റകുറ്റപ്പണികൾ, ചില സ്ഥാനംമാറ്റലുകൾ, മുഖംമിനുക്കലുകൾ അത്രമാത്രം.

താരതമ്യേന വളരെക്കുറച്ച് എതിർപ്പുകളെ മാത്രമേ മെൻഡലീവിനു നേരിടേണ്ടിവന്നുള്ളൂ. ആവർത്തനപ്പട്ടികയെ വളരെപെട്ടെന്നുതന്നെ ശാസ്ത്രലോകം അംഗീകരിച്ചു. രസതന്ത്ര പഠനത്തിൽ അതൊരു വിപ്ലവം തന്നെ വരുത്തി. റഷ്യൻ ഭരണകൂടമാവട്ടെ ശാസ്ത്രജ്ഞന്റെ കഴിവുകളെ പലതരത്തിലും ഉപയോഗപ്പെടുത്തിക്കൊണ്ടിരുന്നു. അതിനിടെ നാൽപ്പത്തി ഏഴാം വയസിൽ ആദ്യ ബന്ധം ഉപേക്ഷിച്ച് അന്ന ഇവാനൊവ്ന പാപ്പൊവ എന്ന കലാകാരിയെ വിവാഹം ചെയ്തു. പിന്നീടുള്ള ജീവിതം സന്തോഷഭരിതമായിത്തീർന്നു. മുമ്പൊരിക്കലുമില്ലാത്ത സുഖവും സമാധാനവും കുടുംബജീവിതത്തിലൂടെ അനുഭവിച്ചു. ശാസ്ത്രജ്ഞൻ കൂടുതൽ കർമോന്മുഖനായി.

സാമൂഹ്യപരിഷ്കർത്താവും പാവങ്ങളുടെ പടത്തലവനുമായ ഒരു മെൻഡലീവിനെയാണ് നാം പിന്നീടു കാണുന്നത്. സാർ ഭരണത്തിന്റെ ക്രൂരമുദ്രകൾ അക്കാലത്ത് ജനജീവിതത്തിലാകമാനം കാണാമായിരുന്നു. നാട്ടിൻപുറങ്ങളിൽ സഞ്ചരിച്ച് ശാസ്ത്രജ്ഞൻ സാധാരണക്കാരുടെ പ്രശ്നങ്ങൾ നേരിട്ടു മനസിലാക്കി. ദരിദ്ര ഗേഹങ്ങളിൽ അന്തിയുറങ്ങി, അവരുടെ ദുരിതങ്ങൾ പങ്കുവച്ചു. കൈക്കൂലിക്കാരായ ഉദ്യോഗസ്ഥർ. കരം കൊടുക്കാൻ പട്ടിണി കിടക്കേണ്ടിവരുന്ന കർഷകർ. വിശന്നുപൊരിഞ്ഞ് രോഗങ്ങളാൽ വലയുന്ന അവരുടെ കുഞ്ഞുകുട്ടി പരാധീനങ്ങൾ. മനുഷ്യത്വം തൊട്ടു തെറിച്ചിട്ടില്ലാത്ത നാടുവാഴികൾ. സൈബീരിയയിൽ തട

വുകാരായി എത്തിപ്പെടുന്നവരുടെ നരകജീവിതം കണ്ടാണ് കുഞ്ഞു ദിമിത്രി വളർന്നത്. വ്യവസ്ഥിതിയോടുള്ള അടങ്ങാത്ത അമർഷം അന്നേ മനസിനെ നീറ്റാറുണ്ടായിരുന്നു. സാമൂഹ്യ പ്രവർത്തനങ്ങളിലൂടെ അതിനു ക്രിയാത്മക രൂപം നൽകാൻ മുന്നിട്ടിറങ്ങുന്ന ഒരു ശാസ്ത്ര ജ്ഞനെയാണ് പിന്നീട് നാം കാണുന്നത്.

പട്ടിണിപ്പാവങ്ങളോട് നീതികാട്ടണമെന്നാവശ്യപ്പെട്ട് മെൻഡലീവ് ഉദ്യോഗസ്ഥ ദുഷ്ടപ്രഭുക്കളെ ശല്യപ്പെടുത്താൻ തുടങ്ങി. ജനകീയ പ്രശ്ന ങ്ങൾ ഉയർത്തി ഉന്നതസ്ഥാനങ്ങളിലേക്ക് പരാതികൾ അയച്ചുകൊണ്ടി രുന്നു. ആപ്പീസുകളിൽ ആവലാതികളും പരാതികളും കുന്നുകൂടി. മെൻഡലീവ് ഉന്നതവൃത്തങ്ങളിൽ അനഭിമതനായിത്തീർന്നു. ചക്ര വർത്തി ഇടപെടാൻ നിർബന്ധിതനായി. ബുദ്ധിരാക്ഷസനായ ആ മനു ഷ്യനെ അങ്ങനെ തള്ളിക്കളയാനാവില്ല. അത്രമാത്രം വിദഗ്ധാഭിപ്രായ ങ്ങളാണ് ആ തലയിൽനിന്ന് ഭരണകൂടം സ്വീകരിച്ചുകൊണ്ടിരിക്കുന്നത്. അതുകൊണ്ട് പരാതികളിന്മേൽ നടപടിയെടുക്കാൻ ബന്ധപ്പെട്ടവർ നിർബ ന്ധതരായി.

അങ്ങനെയിരിക്കെ വിദ്യാഭ്യാസരംഗത്ത് സമൂലമാറ്റം ആവശ്യപ്പെട്ട് വിദ്യാർഥികൾ കലാപം തുടങ്ങി. മെൻഡലീവും അവരോടൊപ്പം ചേർന്നു. അവരുടെ വക്കാലത്തുമായി അധികൃതരെ ശല്യപ്പെടുത്തി. സാർഭരണ ത്തിനെതിരെ പോളണ്ടിൽ കലാപം പൊട്ടിപ്പുറപ്പെടുന്നത് അതിനിടയി ലാണ്. തുടർന്ന് നാട്ടിൽ അടിയന്തരാവസ്ഥ പ്രഖ്യാപിച്ചു. വിദ്യാർഥികൾ സമരം നിർത്തി. എങ്കിലും മെൻഡലീവാകട്ടെ പിന്നീടും വിദ്യാർഥി ഭരണ കാര്യങ്ങളിൽ ഇടപെടരുതെന്ന് താക്കീത് ഉണ്ടായി. സർവകലാശാലാ പ്രൊഫസർ സ്വന്തം ജോലി ചെയ്യാതെ സമരവും കോലാഹലവുമായി നടക്കുന്നതെന്തിനാണെന്ന ചോദ്യവുമുയർന്നു. നാണംകെട്ട ഈ ഭരണ കൂടത്തിൻകീഴിൽ പ്രൊഫസറായിരിക്കാൻ താനില്ലെന്നു പറഞ്ഞ് മെൻഡ ലീവ് ഉദ്യോഗം രാജിവെച്ചു.

വരുംവരായ്കകളെ കുറിച്ച് മുന്നറിയിപ്പു നൽകിയവരോട് ഉറച്ചസ്വ രത്തിൽ അദ്ദേഹം പറഞ്ഞു: "എനിക്കു പേടിയില്ല. പുതിയപുതിയ ആശ യങ്ങൾ നാട്ടിൽ പ്രചരിക്കട്ടെ. ടാർടാറുകളുടെ സ്വേച്ഛാധിപത്യത്തെയും ഫ്യൂഡലിസ്റ്റ് ആശയങ്ങളെയും കടപുഴക്കിയെറിഞ്ഞ റഷ്യൻ ജനതയുടെ കരുത്തിൽ എനിക്ക് ഉറച്ച വിശ്വാസമുണ്ട്."

വിദ്യാഭ്യാസരീതിയിൽ എന്നപോലെ സ്ത്രീകളോടുള്ള മനോഭാവ ത്തിലും മാറ്റങ്ങൾ വേണമെന്ന് അദ്ദേഹം വാദിച്ചു. അവസര സമത്വം അനിവാര്യമാണെന്നു കാട്ടിക്കൊടുക്കാൻ വകുപ്പു മേധാവിയായിരിക്കെ തന്റെ കീഴിൽ നിരവധി പെൺകുട്ടികൾക്ക് ഉദ്യോഗം നൽകി. അധ്യാപ കവൃത്തിയുടെ വാതിൽ അവർക്കായി തുറന്നുകൊടുത്തു. യഥാസ്ഥിതിക സമൂഹം ഇത്തരം പല മേഖലകളിലും പെൺജാതിക്ക് വിലക്ക് കൽപ്പി ച്ചിരുന്നു, അക്കാലത്ത്.

ഉന്നതവൃത്തങ്ങളിൽ ശത്രുക്കൾ വർധിച്ചെങ്കിലും അവാർഡുകളും അംഗീകാരങ്ങളും കഥാപുരുഷനെ തേടി വന്നുകൊണ്ടിരുന്നു. മോസ്കൊ

സർവകലാശാലയിൽ വിശിഷ്ടാംഗത്വം. ഡേവിമെഡൽ, ഫാരഡെ മെഡൽ ജർമനിയിലെയും ഫ്രാൻസിലെയും അമേരിക്കയിലെയുമെല്ലാം ശാസ്ത്ര സ്ഥാപനങ്ങളിൽ നിന്ന് വിശിഷ്ടബഹുമതികൾ. കോക്കസ് സർവെക്ക് നേതൃത്വം വഹിച്ചത് മെൻഡലീവാണ്. തെക്കൻ റഷ്യയിലെ നാഫ്താ ഉറവിടങ്ങളെക്കുറിച്ചുള്ള ഗവേഷണവും അദ്ദേഹംതന്നെ നടത്തി. മാതൃ രാജ്യത്തെ വ്യവസായപുരോഗതിയുടെ പറുദീസയിലേക്കുനയിക്കാൻ പിന്നീട് ഇതെല്ലാം കാരണമായി.

സൈനിക സേവനത്തിലും ശാസ്ത്രജ്ഞർ ആരുടേയും പിന്നിലാ യിരുന്നില്ല. 1904 ൽ മെൻഡലീവിനു എഴുപതുവയസുള്ളപ്പോഴാണ് ജപ്പാൻ റഷ്യയെ ആക്രമിച്ചത്. ദേശാഭിമാനിയായ മറ്റേതൊരു പൗരനെയുംപോലെ ഒട്ടും മടിക്കാതെ മെൻഡലീവും സൈനിക സേവനത്തിനിറങ്ങി. നേവി യുടെ ഉപദേശകൻ എന്ന നിലയിൽ പല പുത്തൻ യുദ്ധതന്ത്രങ്ങളും ആവിഷ്കരിച്ചെങ്കിലും റഷ്യ പരാജയപ്പെടുകയാണുണ്ടായത്.

സെന്റ് പീറ്റേഴ്സ്ബർഗിൽ തിരക്കുകുറഞ്ഞ ഒരു തെരുവീഥിയിൽ സ്ഥിതിചെയ്യുന്ന ഭംഗിയും വൃത്തിയുമുള്ള ഒരു ചെറുവീടിന്റെ മുറ്റം. അയഞ്ഞ ഉടുപ്പുകൾ ധരിച്ച് മെലിഞ്ഞു ശോഷിച്ച് ഒരു കഷണ്ടിക്കാരൻ വൃദ്ധൻ അതിന്റെ വരാന്തയിലൊരു ചാരുകസേരയിൽ ഏതോ സാഹ സിക കഥയാസ്വദിച്ച് സ്വയം നഷ്ടപ്പെട്ട് കിടക്കുകയാണ്. ആരോഗ്യവും സൗന്ദര്യവുമുള്ള നാലഞ്ചു കുട്ടികൾ മുറ്റത്തു കളിക്കുന്നു. പ്രൗഢയും സുന്ദരിയുമായ ഒരു വനിത വീട്ടിനകത്തുനിന്നിറങ്ങിവന്ന് കഥാപുരുഷനെ സങ്കൽപ്പലോകത്തുനിന്നു വിളിച്ചുണർത്തുന്നു. "ദിമിത്രീ, വരൂ, മരുന്നു കുടിക്കാൻ സമയമായി." പുസ്തകത്താളുകളിൽനിന്ന് കണ്ണുകൾ പിൻവ ലിച്ച് ദിമിത്രി അന്യമനസ്കനായി സ്വപത്നിയെ നോക്കി. ആ ചുണ്ടുക ളിൽ ഒരിളം പുഞ്ചിരി വിടർന്നു. അവരുടെ കൈയിൽ പിടിച്ചേഴുന്നേറ്റ് അദ്ദേഹം പതുക്കെ അവരോടൊപ്പം അകത്തേക്കു നടന്നു.

ദിമിത്രി ഇവാനോവിച്ച് മെന്റലീവിന്റെ അന്ത്യദിനങ്ങൾ രോഗപീഡ കളുടേതായിരുന്നു. കാസരോഗം ചെറുപ്പം തൊട്ടേ കൂടെയുണ്ട്. വാർധ ക്യത്തിന്റെ അവശതയിൽ അത് ഒന്നുകൂടി പിടിമുറുക്കി. ശാരീരികമായി സ്വതേ അവശനായിരുന്നല്ലോ അദ്ദേഹം. എങ്കിലും ആറുമാസത്തിലേറെ ആയുസില്ലെന്ന് വൈദ്യർ വിധിയെഴുതിയ പണ്ടത്തെ ആ കുട്ടി എഴുപ ത്തിമൂന്നു വയസുവരെ ജീവിച്ചു. ഒരു സാധാരണ ജലദോഷപ്പനി ന്യുമോ ണിയയായി വളർന്ന് 1907 ഫെബ്രവരി മാസത്തിൽ അദ്ദേഹം അന്ത്യ ശ്വാസം വലിച്ചു.

ആവർത്തനപ്പട്ടികയെക്കുറിച്ച് കേട്ടിട്ടില്ലാത്തവരാണ് റഷ്യൻ ഗ്രാമ ങ്ങളിലെ ബഹുഭൂരിപക്ഷം കർഷകരും. എന്നിട്ടും ദിമിത്രി പാവ്ലൊവിച്ച് മെൻഡലീവിന്റെ മരണവാർത്ത കേട്ട് അവർ കുടുകുടെ കണ്ണീരൊഴു ക്കി. തങ്ങളുടെ സുഖമന്വേഷിച്ച് കൂടെക്കൂടെ പാഞ്ഞെത്തുന്ന, തങ്ങൾക്കു വേണ്ടി അധികാരികളോടു നിരന്തരം കലമ്പൽ കൂട്ടുന്ന, ആ നല്ല മനു ഷ്യനെ അവരെങ്ങനെ മറക്കും?

17

ആൽഫ്രഡ് നോബൽ: യുദ്ധവും സമാധാനവും

ആൽഫ്രഡ് നോബൽ

രസതന്ത്രചരിത്രം പറഞ്ഞ് ഏതാണ്ട് ഇരുപതാം നൂറ്റാണ്ടിന്റെ അന്ത്യപാദങ്ങളിൽ എത്തുകയാണ് നാം. നോക്കൂ, ആരെല്ലാമാണ് മുമ്പിൽ നിൽക്കുന്നത്? ഡൈനാമിറ്റ് കണ്ടുപിടിച്ചും നോബൽ സമ്മാനം ഏർപ്പെടുത്തിയും അനശ്വര കീർത്തിമാനായിത്തീർന്ന സാക്ഷാൽ ആൽഫ്രഡ് നോബൽ, കൃത്രിമ ചായങ്ങൾ (dyes) ഉണ്ടാക്കി ചരിത്രം സൃഷ്ടിച്ച വില്യം ഹെന്റിപെർക്കിൻ, ഭൗതികരസതന്ത്രം (ഫിസിക്കൽ കെമിസ്ട്രി) എന്ന രസതന്ത്രശാഖയ്ക്ക് തുടക്കമിട്ട ജാക്കോബസ് വാന്റ്ഹോഫ്, നിഷ്ക്രിയവാതകങ്ങൾ കണ്ടുപിടിച്ച വില്യം റാംസെ, ഭൗതികരസതന്ത്രജ്ഞനും ഉപരിതല രസതന്ത്രത്തിന്റെ ആശാനുമായിരുന്ന ഫ്രഡ്രീച്ച് വിൽഹം ഓസ്റ്റ്വാൾസ്, വൈദ്യുത വിയോജനത്തെക്കുറിച്ചു പഠനം നടത്തിയ സ്വാന്റ് ആഗസ്റ്റ് അറീനിയസ്......... ഭാരതീയ രാസവ്യവസായത്തിന്റെ പിതാവായി അറിയപ്പെടുന്ന ആചാര്യപ്രഫുല്ല ചന്ദ്രറായ് വരെ ഈ തുടർച്ചനീണ്ടു ചെല്ലുന്നു.

'മരണത്തിന്റെ കച്ചവടക്കാരനായ ഭ്രാന്തൻ. അതായിരുന്നു നാട്ടിലെ ആളുകൾക്കിടയിൽ ആൽഫ്രഡ് നോബലിനെക്കുറിച്ചുണ്ടായിരുന്ന ധാരണ. ഏറെക്കുറെ അതു ശരിയായിരുന്നുതാനും. സ്ഫോടകവസ്തു

ക്കൾ ഉണ്ടാക്കിവിൽക്കുന്ന പിതാവിൽനിന്നു കിട്ടിയതാണ് ഈ പാരമ്പര്യം. ഇമ്മാനുവൽ എന്നുപേരുള്ള ഈ മനുഷ്യന്റെ മകനായി 1833 ൽ സ്റ്റോക്ക് ഹോമിലാണ് നോബലിന്റെ ജനനം. കുട്ടിക്കാലം ചെലവഴിച്ചത് പക്ഷേ, റഷ്യയിലായിരുന്നു. അവിടെ സമുദ്രാന്തർഭാഗത്തെ ഒരു ഖനിയുടെ ചുമതല അദ്ദേഹത്തിനായിരുന്നു. അതിൽനിന്ന് ധാരാളം വരുമാനം കിട്ടി. മകനെ അമേരിക്കയിലേക്കയച്ചു പഠിപ്പിച്ചു. അതിനിടെ ക്രിമിയർ യുദ്ധം ആരംഭിച്ചു. റഷ്യക്കുവേണ്ടി സ്ഫോടക വസ്തുക്കൾ ഉൽപ്പാദിപ്പിച്ച് നോബലിന്റെ പിതാവ് വൻ സമ്പാദ്യമുണ്ടാക്കി. യുദ്ധം അവസാനിച്ചതോടെ ഭാഗ്യവും പൊലിഞ്ഞു. പിതാവിന്റെ വഴി പിന്തുടർന്ന് ആൽഫ്രഡും സഹോദരന്മാരും സ്ഫോടകവസ്തുക്കളുടെ പിന്നാലെ പോയി.

നൈട്രോഗ്ലിസറിൻ എന്ന സ്ഫോടകവസ്തുവാണ് അവർ നിർമിച്ചുകൊണ്ടിരുന്നത്. ഒരുദിവസം ഫാക്ടറിയിൽ വൻസ്ഫോടനമുണ്ടായി. നോബലിന്റെ ഒരു സഹോദരൻ പൊള്ളലേറ്റു മരിച്ചു. ഫാക്ടറി കത്തിനശിച്ചു.

തീരെ വിശ്വസിക്കാൻ കൊള്ളാത്ത ഒരു സാധനമാണോ ഈ നൈട്രോ ഗ്ലിസറിൻ? പൊട്ടിത്തെറി ഏതുനിമിഷവും പ്രതീക്ഷിക്കാമെന്നോ? എന്നുവച്ച് ആ രാസവസ്തുവിനെ പാടെ ഉപേക്ഷിക്കാൻ ആൽഫ്രഡ് തയാറായില്ലായിരുന്നു. അതിനെ മെരുക്കാൻ കഴിയുക എന്നായി അയാളുടെ ചിന്ത. അതിനെ സുരക്ഷിതമായി കൈകാര്യം ചെയ്യാവുന്ന ഒരു സ്ഫോടകവസ്തുവാക്കിമാറ്റുക. പക്ഷേ, സർക്കാർ, സമ്മതിക്കണ്ടേ? ഈ മാതിരി ഭ്രാന്തിന് ലൈസൻസ് തരില്ലെന്നു കട്ടായമായി പറഞ്ഞു. ആൽഫ്രഡ് പക്ഷേ, നിരാശനായില്ല. അപകടം പേടിച്ചല്ലേ നിങ്ങൾ അനുവാദം നൽകാത്തത്? എങ്കിൽ ഞാനിതാ ഒരു വിദ്യ കാട്ടാം. തടാകത്തിനു നടുവിൽ പത്തേമാരി എത്തിച്ചു. അതിൽ രഹസ്യമായി പരീക്ഷണം തുടങ്ങി. പരീക്ഷണമെന്നാൽ, നൈട്രോഗ്ലിസറിനെ സുരക്ഷിതമാക്കിത്തീർക്കാനുള്ള സൂത്രം കണ്ടുപിടിക്കുന്നതിനുള്ള ഗവേഷണം. അപകടം വന്നാൽത്തന്നെ ഞാനും എന്റെ ചില സഹോദരരും മാത്രമേ മരിക്കുകയുള്ളൂ. അങ്ങനെ പോയി ആ ഭ്രാന്തന്റെ തീരുമാനങ്ങൾ....

1866 ലെ ഒരുദിവസം ആൽഫ്രഡ് നൈട്രോഗ്ലിസറിൻ കൈകാര്യം ചെയ്യുകയാണ്. അബദ്ധത്തിൽ കുറേ നൈട്രോഗ്ലിസറിൻ അടുത്തുവച്ച പാത്രത്തിലേക്ക് തൂവി. ഒരു പ്രത്യേകതരം മണ്ണുകൊണ്ടു നിർമിച്ച പാത്രമായിരുന്നു അത്. നൈട്രോഗ്ലിസറിനെ മുഴുവൻ ആ പാത്രം വലിച്ചെടുത്തിരിക്കുന്നു! എന്നിട്ടും പാത്രം കണ്ടാൽ ഉണങ്ങിയപോലെ തന്നെ. ഇതെന്തൊരതിശയം?

നോബൽ ഉപയോഗിച്ച പാത്രം 'ഡയറ്റം' എന്ന സൂക്ഷ്മ കടൽജീവികളുടെ അവശിഷ്ടങ്ങൾ കലർന്ന മണ്ണുകൊണ്ടു നിർമിച്ച ഒന്നായിരുന്നു. സിലിക്കയുടെ അംശം ധാരാളമായി അടങ്ങിയ മണ്ണാണിത്. അത്തരം മണ്ണിൽ കുറേ നൈട്രൊ ഗ്ലിസറിൻ കലർത്തിനോക്കി. അതിശയം, നൈട്രൊഗ്ലിസറിൻ 'പച്ചപ്പാവമായി' മാറിയിരിക്കുന്നു! എന്നാൽ അതിനോട് മറ്റൊരു ചെറിയ സ്ഫോടകം ചേർക്കേണ്ട താമസം, അത് ഉഗ്രമായി

പൊട്ടിത്തെറിക്കും. അങ്ങനെയെങ്കിൽ 'ഡയറ്റം മണ്ണ് കലർത്തി' നൈട്രോ ഗ്ലിസറിനെ സുരക്ഷിതമായി സൂക്ഷിക്കാം. ആവശ്യംവരുമ്പോൾ സ്ഫോടകം ചേർത്ത് യുദ്ധായുധമായി ഉപയോഗിക്കുകയും ചെയ്യാം. ആളുകൾ പേടിയോടെ മാത്രം കാണുന്ന ആ പഴയ പേരും അദ്ദേഹം ഉപേക്ഷിച്ചു. ഡയാറ്റാം സങ്കലനം എന്ന അർഥം വരുന്ന ഡയനാമിറ്റ് എന്ന പേരു സ്വീകരിച്ചു. നോബൽ അത്യുഗ്രനായ നൈട്രോഗ്ലിസറിനെ മെരുക്കിയെടുത്ത് വരുതിയിലാക്കിയ കഥയാണിത്.

യുദ്ധകാലമല്ലേ? ഡയനാമിറ്റിന് ധാരാളം ആവശ്യക്കാരുണ്ടായിരുന്നു. സുരക്ഷിതമായി ഉപയോഗിക്കാം എന്നുവന്നതോടെ അതു ലോകത്തിന്റെ നാനാഭാഗങ്ങളിലേക്കും നീങ്ങി. ആണവായുധങ്ങൾ കണ്ടുപിടിക്കും മുമ്പുള്ള കാലത്തെ ഏറ്റവും മാരകമായ യുദ്ധായുധമായി അതു മാറി.

നൊബേൽ പണക്കാരനായെന്നു പ്രത്യേകം പറയേണ്ടതില്ല. വൻതോതിൽ വരുമാനമുണ്ടാക്കാൻ മറ്റൊരു വഴിയും തുറന്നുകിട്ടി. റഷ്യയിലെ ബക്കു എണ്ണക്കമ്പനിയുടെ പ്രവർത്തനം അദ്ദേഹത്തിന്റെ മേൽനോട്ടത്തിലായി. അതിനിടെ ജലാറ്റിൻ എന്ന സ്ഫോടക വസ്തുവും കണ്ടുപിടിച്ചു, അളവില്ലാതെ സമ്പാദിച്ചുകൊണ്ടിരുന്നു.

എന്നാൽ കുറ്റബോധം അദ്ദേഹത്തെ വേട്ടയാടിക്കൊണ്ടിരുന്നു. മരണത്തിന്റെ കച്ചവടക്കാരൻ എന്ന വിളിപ്പേർ ഒരർഥത്തിൽ ശരിയല്ലേ? ഡയനാമിറ്റിന്റെ പേറ്റന്റ് (കുത്തകാവകാശം) എടുത്ത് സമ്പാദ്യമുണ്ടാക്കിയത് തെറ്റല്ലേ? പണം കുന്നുകൂട്ടുന്ന തിരക്കിനിടയിൽ വിവാഹം മറന്നുപോയി. ശൂന്യതാബോധം വേട്ടയാടിക്കൊണ്ടിരുന്നു.

അങ്ങനെയിരിക്കെ ബാർത്തക കിൻസ്കി എന്ന സ്ത്രീയെ വീട്ടുകാരിയായിക്കൊണ്ടു വന്നു. മരണക്കച്ചവടത്തെക്കുറിച്ച് അവർ അഭിപ്രായം പറയാനും തുടങ്ങി. നിരന്തരം 'ശല്യം' ചെയ്യാൻ തുടങ്ങിയപ്പോൾ ശാസ്ത്രജ്ഞൻ അവരെ പറഞ്ഞുവിട്ടു. എഴുത്തുകളിലൂടെ ബാർത്ത നിരന്തരം കാര്യം ഓർമിപ്പിച്ചുകൊണ്ട് 'ശല്യം തുടർന്നു.' എല്ലാംകൂടി മനഃപ്രയാസം വർധിച്ചു. അവസാനം ഒരു തീരുമാനത്തിലെത്തി. 'ആളെക്കൊല്ലി' ഉണ്ടാക്കിവിറ്റു സമ്പാദിച്ചുകൂട്ടിയ പണം മേലിൽ താൻ സൽക്കാരങ്ങൾക്കുവേണ്ടി മാത്രം ഉപയോഗിക്കുന്നതാണ്. സാഹിത്യം സമാധാനം, ഊർജതന്ത്രം, രസതന്ത്രം, വൈദ്യശാസ്ത്രം എന്നീ മേഖലകളിൽ മികവു കൈവരിച്ചവർക്ക് സമ്മാനം നൽകാനായി ആ സമയം തന്റെ സമ്പാദ്യമായി ഉണ്ടായിരുന്ന 92 ലക്ഷം ഡോളർ വരുന്ന തുക അദ്ദേഹം നീക്കിവെച്ചു. ആ രീതിയിൽ തന്റെ മരണ പത്രത്തിൽ എഴുതിവെക്കുകയും ചെയ്തു. മരണശേഷം അദ്ദേഹത്തിന്റെ ബഹുമാനാർഥം നോബൽ ഇൻസ്റ്റിറ്റ്യൂട്ട് സ്ഥാപിതമായി. പിന്നീട് 1958 ൽ സ്വീഡനിൽ വച്ച് വേർതിരിച്ചെടുത്ത നൂറ്റിരണ്ടാമത്തെ മൂലകം കഥാപുരുഷന്റെ സ്മരണാർഥം നൊബീലിയം എന്ന പേരിൽ അറിയപ്പെട്ടു.

1896 ഡിസംബർ പത്തിന് ഇറ്റലിയിൽവച്ച് നോബൽ അന്തരിച്ചു. 1901 തൊട്ട് നോബൽ സമ്മാനം നിലവിൽ വന്നു. നോബലിന്റെ ജന്മമാസമായ ഒക്ടോബറിൽ സമ്മാനം പ്രഖ്യാപിക്കുന്നു. ചരമദിനമായ ഡിസംബർ 10 ന് സമ്മാനം നൽകപ്പെടുന്നു.

18

അരീനിയസിന്റെ ലോകം:

സ്വാന്റ് ആഗസ്റ്റ് അരീനിയസ്

സ്വാന്റ് ആഗസ്റ്റ് അരീനിയസ് (1859-1927) ലോകം കണ്ട ഏറ്റവും മിടുക്കനായ വിദ്യാർഥികളിൽ ഒരാൾ. പ്രൈമറി തലം തൊട്ട് പരീക്ഷകളിൽ എപ്പോഴും ഒന്നാമൻ. പക്ഷേ, വിദ്യുത് വിയോജനവുമായിബന്ധപ്പെട്ട് തികച്ചും മൗലികമായ ഒരു സിദ്ധാന്തം പിഎച്ച്ഡി പ്രബന്ധമായി അവതരിപ്പിച്ചപ്പോൾ വിദഗ്ധ ഗുരുക്കന്മാരുടെ സംഘം അതിനെ പുച്ഛിച്ചു തള്ളി. മാത്രമല്ല, ആ വിദ്യാർഥിയെ പരമാവധി അപമാനിച്ചു വിടുകയും ചെയ്തു. പിന്നീട് ഒരു ഔദാര്യം കാട്ടുംപോലെ 'പി എച്ച് ഡി' കൊടുത്ത് സ്നേഹം കാട്ടി.

പരീക്ഷകർ പരിഹസിച്ചു തള്ളിയ ആ പ്രബന്ധം 1903 ൽ രസതന്ത്രത്തിനുള്ള നോബൽ സമ്മാനത്തിന് അർഹമായി.

'വിദ്യുത് അപഘടന്യ, വിയോജന സിദ്ധാന്തം' എന്ന പേരിൽ അത് ഏറെ പ്രസിദ്ധമാണ്. എക്കാലത്തെയും ഏറ്റവും മഹാനായ ശാസ്ത്രജ്ഞനായി അറീനിയസ് വാഴ്ത്തപ്പെടുകയും ചെയ്യുന്നു. സ്റ്റോക്ക്ഹോമിലെ ഇൻസ്റ്റിറ്റ്യൂട്ട് ഓഫ് ഫിസിക്കൽ കെമിസ്ട്രിയുടെ ഡയറക്ടറായിരുന്നു മരണംവരെ ആ മഹാപുരുഷൻ.

ആധുനികകാലം മറ്റൊരു സുപ്രധാന കാര്യത്തിനു ക്രാന്ത ദർശിയായ ഈ രസതന്ത്രജ്ഞനോട് കടപ്പെട്ടിരിക്കുന്നു. കാർബൺഡൈ

ഓക്സൈഡിന്റെ തോത് ഉയരുന്നത് അന്തരീക്ഷതാപനം വർധിക്കാൻ കാരണമെന്ന് ആദ്യമായി ചൂണ്ടിക്കാട്ടിയത് ഇദ്ദേഹമാണ്. അന്തരീക്ഷവായുവിൽ Co_2 വിന്റെ തോത് ഇരിട്ടിയായാൽ ചൂട് 3-5 ഡിഗ്രി സെന്റീഗ്രേഡ് വരെ വർധിക്കാനിടയുണ്ടെന്നും തെളിയിക്കുകയുണ്ടായി. അതും പക്ഷേ, ആരും കാര്യമായെടുത്തില്ല. പക്ഷേ, ഇന്നോ? ഏറ്റവും വലിയ സത്യമായി ലോകമതിനെ അംഗീകരിക്കുന്നു. ചൂടുകൂടി മഞ്ഞുരുകി വീണ്ടുമൊരു ഹിമയുഗമുണ്ടാകാനുള്ള സാധ്യതയും അദ്ദേഹം മുന്നിൽക്കണ്ടു. *World's in the Making* എന്ന ഗ്രന്ഥത്തിൽ ഈ മാതിരി നിരവധി പ്രവചനങ്ങൾ കാണാം.

19

പ്രഫുല്ല ചന്ദ്രറായ്: ഭാരതീയ ശാസ്ത്രം സ്വന്തം കാലിൽ

പ്രഫുല്ല ചന്ദ്രറായ്

രസതന്ത്രത്തിന് ഏറ്റവുമേറെ സംഭാവനകൾ നൽകിയ ഭാരതീയ രസതന്ത്രജ്ഞൻ. 1861 ആഗസ്റ്റ് രണ്ടാം തീയതി ബംഗാളിലെ രാരുളി എന്ന സ്ഥലത്ത് ഒരു കവിയുടെ മകനായി ജനിച്ചു. ശാസ്ത്രവിദ്യാഭ്യാസം ഇംഗ്ലണ്ടിലെ എഡിൻബറോയിലായിരുന്നു. കൊൽക്കത്തയിലെ പ്രസിഡൻസി കോളേജിൽ രസതന്ത്രപ്രൊഫസറായി ഗവേഷണരംഗത്തേക്കു വന്നു. ദേശീയ ബോധം ശക്തിപ്പെട്ടുവന്ന കാലം. ഔഷധ വ്യവസായത്തെ വിദേശ സ്വാധീനത്തിൽനിന്നു മുക്തമാക്കാൻ തീരുമാനിച്ച് മുന്നിട്ടിറങ്ങി. അതിനു മുമ്പുതന്നെ വിദേശവസ്ത്രമുപേക്ഷിച്ച് ഖദർ ധരിക്കാൻ തുടങ്ങി. ദന്തഗോപുരത്തിൽ അടച്ചിരുന്നു ഗവേഷണം നടത്താൻ പ്രഫുല്ല ചന്ദ്രനെ കിട്ടുമായിരുന്നില്ല. അങ്ങനെ സ്വാതന്ത്ര്യസമര പ്രവർത്തനങ്ങളും രസതന്ത്രഗവേഷണവും ഒന്നിച്ചു കൊണ്ടുപോയി.

പ്രഫുൽ ആരംഭിച്ച ഔഷധ വ്യവസായശാല വൻ വിജയമായി. മെർക്കുറസ് നൈട്രേറ്റ് നിർമിച്ച് ചരിത്രം സൃഷ്ടിച്ചു, രസതന്ത്രത്തിന് അത് മികച്ച സംഭാവനയായി. ഭാരതത്തിൽ ആധുനിക ഔഷധവ്യവസായത്തിന് തുടക്കം കുറിച്ചത് പി സി റായ് ആണെന്ന് നിശ്ചയമായും പറയാം.

പുരാതന ഭാരതത്തിൽ രസതന്ത്രം ഏറെ മുന്നേറ്റങ്ങൾ ഉണ്ടാക്കിയ ഒരു ശാസ്ത്രമായിരുന്നു. രാസവസ്തുക്കൾ നിർമിക്കാൻ തനതായ പല മാർഗങ്ങളും നമ്മുടെ ആചാര്യന്മാർ ആവിഷ്കരിക്കുകയുണ്ടായി. സംസ്കൃത ഗ്രന്ഥങ്ങളുംമറ്റും പഠിച്ച് റായ് അതെല്ലാം മനസിലാക്കി. തീരെ പരുക്കനായ മൺപാത്രങ്ങളിൽ രാസിക പ്രവർത്തനങ്ങൾ നടത്തിയ ഭാരതീയരുടെ സിദ്ധികൾ ഒന്നൊന്നായി അദ്ദേഹം എടുത്തുകാട്ടി. *ഹൈന്ദവ രസതന്ത്രത്തിന്റെ ചരിത്രം* എന്ന വിശ്രുത ഗ്രന്ഥം വിരചിതമായത് അങ്ങനെയാണ്. സ്വന്തംകാലിൽ നിൽക്കുന്ന ഭാരതീയ ശാസ്ത്രം എന്നും അദ്ദേഹത്തിന്റെ സ്വപ്നങ്ങളിൽ ഉണ്ടായിരുന്നു.

20

ലീനസ് പൗളിങ്:
ഇനിയൊരു യുദ്ധം വേണ്ട!

ലീനസ് പൗളിങ്

ശാസ്ത്രരംഗത്താകമാനം വൻ കുതിച്ചുചാട്ടങ്ങൾ ഉണ്ടായകാലമാണ് ഇരുപതാം നൂറ്റാണ്ടിന്റെ ആദ്യദശകങ്ങൾ. ഇതിനെല്ലാം പ്രചോദനമായിത്തീർന്ന ചില കണ്ടുപിടിത്തങ്ങൾ പത്തൊൻപതാം നൂറ്റാണ്ടിന്റെ അവസാനവർഷങ്ങളിൽ ഉണ്ടായി. റോൺട്ജൻ എക്സ്റെ കണ്ടുപിടിച്ചു (1895). ഹെന്റി ബെക്കുറൽ ചില മൂലകങ്ങൾ പ്രകാശം പ്രസരിക്കുന്നതായി (റേഡിയോ ആക്റ്റിവിറ്റി) കണ്ടെത്തി. ഏതാണ്ട് ഇതേകാലത്ത് മാഡംക്യൂറിയും ഇതേകാര്യം കണ്ടെത്തിയതോടെ ശാസ്ത്രത്തിന്റെ മുഖച്ഛായതന്നെ മാറാൻ തുടങ്ങി. തുടർന്ന് പുതിയ നൂറ്റാണ്ടിൽ ജെ ജെ തോംസൺ ആറ്റം ഘടന വ്യക്തമാക്കി. ഇലക്ട്രോണുകളും പ്രോട്ടോണുകളും ന്യൂട്രോണുകളും ചേർന്നതാണ് ആറ്റമെന്നുവ്യക്തമായി. ഏൺസ്റ്റ് റഥർഫോർഡ് ആറ്റം ന്യൂക്ലിയസിനെക്കുറിച്ച് പുതുവിവരങ്ങൾ പുറത്തുവിട്ടു. അണുകേന്ദ്രം പിളർന്ന് അളവില്ലാതെ ഊർജം സൃഷ്ടിക്കാമെന്ന് തെളിയിച്ചു. അതിന്റെ വിനാശകരമായ സാധ്യതകൾ ഹിരോഷിമയിലും നാഗസാക്കിയിലും വീണ ആറ്റം ബോംബുകൾ വ്യക്തമാക്കി. ശാസ്ത്രത്തിന്റെ വളർച്ചയോടൊപ്പം സമാധാന പ്രവർത്തനങ്ങളും ശക്തിപ്പെട്ടു. നിർമാണ പ്രവർത്തനങ്ങളിൽ ആറ്റം ശക്തിക്കുള്ള പങ്ക് ആണവവൈദ്യുത നിലയങ്ങളായും മറ്റും യാഥാർഥ്യമാവാൻ തുടങ്ങി.

ആറ്റത്തെക്കുറിച്ചുള്ള അന്വേഷണം ഡാൽട്ടണെപ്പോലുള്ള ഒരു രസതന്ത്രജ്ഞനാണ് തുടങ്ങിവച്ചത്. എന്നാൽ റേഡിയോ ആക്റ്റിവിറ്റിയും അണുഘടനയും അണുകേന്ദ്ര ഘടനയുമെല്ലാം വ്യക്തമായതോടെ 'ആറ്റം' ഭൗതിക ശാസ്ത്രജ്ഞരുടെ ഗവേഷണ വിഷയമായിമാറി. ബെക്കുറലിനെയും മാഡം ക്യൂറിയെയും ജെ ജെ തോംസണെയും റഥർഫോഡിനെയും ഇന്നു നാം ഭൗതിക ശാസ്ത്രജ്ഞരുടെ കൂട്ടത്തിൽ ഉൾപ്പെടുത്തിയല്ലേ പഠിക്കുന്നത്?

ഭൗതികത്തിനും രസതന്ത്രത്തിനും നോബൽ സമ്മാനം നേടി ചരിത്രം സൃഷ്ടിച്ച വനിതയാണ് മേരിസ്കോളൊഡ്വസ്ക ക്യൂറി എന്ന മാഡം ക്യൂറി. റേഡിയോ ആക്റ്റിവിറ്റി കണ്ടെത്തിയതിന് 1903 ൽ ഭൗതിക ശാസ്ത്രത്തിൽ ബെക്കുറലിനൊപ്പം. പൊളോണിയവും റേഡിയവും വേർതിരിച്ചതിന് 1911 ൽ രസതന്ത്രത്തിൽ തനിച്ചും.

ഇരുപതാംനൂറ്റാണ്ടിന്റെ മധ്യകാലം യുദ്ധവിരുദ്ധമനോഭാവം ശക്തിപ്പെട്ട കാലം. ശാസ്ത്ര ലോകത്ത് ഇതിനു ചുക്കാൻ പിടിച്ചത് പ്രഗത്ഭനായ ഒരു രസതന്ത്രജ്ഞനും. ആരാണെന്നറിയാമോ? *ഇനി യുദ്ധം വേണ്ട (No More War)* എന്ന വിശ്രുത ഗ്രന്ഥമെഴുതിയ ലീനസ്കാൾ പോളിങ് (1901 –1994) രണ്ടുതവണ നോബൽ സമ്മാനം നേടിയെടുത്ത അപൂർവ പ്രതിഭ.

ലീനസ് നേടിയ ഈ അപൂർവ ബഹുമതികളിലൊന്ന് രസതന്ത്രത്തിനായിരുന്നെങ്കിൽ രണ്ടാമത്തേത് സമാധാനത്തിനായിരുന്നു. വെറും പുസ്തകമെഴുത്തിൽ ഒതുങ്ങുന്നതായിരുന്നില്ല പോളിങ്ങിന്റെ പ്രവർത്തനങ്ങൾ. അദ്ദേഹം നിരന്തരം ആ മേഖലയിൽ പ്രവർത്തിച്ചുകൊണ്ടിരുന്നു. ലോകരാഷ്ട്ര നേതാക്കളുമായി ബന്ധം പുലർത്തി. സമാനമനസ്കരായ ശാസ്ത്രജ്ഞരെ സംഘടിപ്പിച്ചു. അണ്വായുധ പരീക്ഷണങ്ങൾ നിരോധിക്കണമെന്നാവശ്യപ്പെട്ട് 11021 പ്രഗത്ഭ ശാസ്ത്രജ്ഞരുടെ ഒപ്പു ശേഖരിച്ച് അദ്ദേഹം ഐക്യരാഷ്ട്രസഭയ്ക്കു സമർപ്പിച്ച നിവേദനം ഈ രംഗത്തെ ഒരു ചരിത്ര രേഖയാണ്.

രാസ ബന്ധത്തിന്റെ സ്വഭാവം വ്യക്തമാക്കുന്നതിലൂടെയാണ് പൗളിങ് പ്രസിദ്ധനായത്. പോർട്ട്ലാന്റ് എന്ന പട്ടണത്തിലെ മരുന്നുവ്യാപാരിയുടെ മകനായി ജനനം. കെമിക്കൽ എൻജിനിയറിങ്ങിൽ ബിരുദം. തന്മാത്രാഘടനയെക്കുറിച്ചുള്ള അതിസങ്കീർണ കാര്യങ്ങൾതന്നെ അനാവരണം ചെയ്ത വ്യക്തിയാണദ്ദേഹം. തന്മാത്രീയ രസതന്ത്രത്തെ ഈ രീതിയിൽ അദ്ദേഹം ബഹുദൂരം മുന്നോട്ടു കൊണ്ടുപോയി. ഹീമോഗ്ലോബിൻ എന്ന രക്തവർണകത്തിന്റെ അസാധാരണ ഘടനമൂലം ഉണ്ടാകുന്ന ഒരു പാരമ്പര്യ രോഗമാണ് സിക്കിൾ സെൽ അനീമിയ എന്ന അരിവാൾ രോഗം. ഇതിന്റെ തന്മാത്രാഘടനയുമായി ബന്ധപ്പെട്ട സവിശേഷതകൾ പൗളിങ് ആണ് കണ്ടെത്തിയത്.

ജലദോഷം തടയാൻ ജീവകം സി ക്കു കഴിയുമെന്ന തരത്തിൽ പൗളിങ് നടത്തിയ ഗവേഷണവും പ്രസിദ്ധമാണ്.

ഇരുപതാം നൂറ്റാണ്ടിലെ രസതന്ത്രജ്ഞരിൽ ഏറ്റവും പ്രഗത്ഭരും പ്രസിദ്ധരുമാണ് ലീനസ് പൗളിങ് എന്ന് നിസ്സംശയമായും പറയാം. ലോകസമാധാനത്തിനായി നടക്കുന്ന ഓരോയത്നവും പൗളിങ്ങിന്റെ സ്മരണ മനസിൽ കൊണ്ടുവരും.

21

ഹരിത രസതന്ത്രം: പരിസ്ഥിതിയുടെ ചങ്ങാതി

പോൾ അനസ്താസ്, ജോൺ വാർണർ എന്നീ ശാസ്ത്രജ്ഞരെക്കുറിച്ചു കേട്ടിട്ടുണ്ടോ? 'ഹരിതരസതന്ത്രം' അഥവാ 'ഗ്രീൻ കെമിസ്ട്രി' യുടെ ഉപജ്ഞാതാക്കളാണ് ഇവർ രണ്ടുപേരും. എന്താണ് ഗ്രീൻ കെമിസ്ട്രി? രസതന്ത്രത്തിന് എന്തിന് അങ്ങനെയൊരു ശാഖ? ന്യായമായും ചോദിച്ചു പോകും.

രസതന്ത്രരംഗത്തുണ്ടായ കണ്ടുപിടിത്തങ്ങൾ വൻ മാറ്റങ്ങൾതന്നെയല്ലേ മനുഷ്യജീവിതത്തിൽ വരുത്തിയത്? അതിന്റെ സ്വാധീനമില്ലാത്ത ഏതെങ്കിലും മേഖലയുണ്ടോ? ഭക്ഷണം, പാർപ്പിടം, വസ്ത്രം, കൃഷി, ഔഷധം, രോഗചികിത്സ ഇങ്ങനെ ഏതു മേഖലയെടുത്താലും രസതന്ത്രത്തിന്റെ സ്വാധീനം കാണാം. പ്ലാസ്റ്റിക്കും രാസവസ്തുക്കളും കീടനാശിനികളും കൃത്രിമ റബ്ബറും കൃത്രിമ ഔഷധങ്ങളുമെല്ലാം ജീവിത

പോൾ അനസ്താസ്

ജോൺ വാർണർ

ഗുണമേന്മ വർധിപ്പിച്ചിട്ടുണ്ട്, സംശയമില്ല.

എന്നാൽ ഗുണപരമായ ഈ മാറ്റങ്ങൾക്ക് മറ്റൊരു മുഖംകൂടിയില്ലേ? ആയിരത്തി തൊള്ളായിരത്തി അറുപതുകളോടെ മലിനീകരണമായി, പരിസ്ഥിതി ദുരന്തങ്ങളായി ഉൽപ്പാദന പ്രതിസന്ധികളായി ഈ മുഖം ദൃശ്യമാകാൻ തുടങ്ങി. വാതകങ്ങൾ, ജലമലിനീകരണം, ഹരിത ഗേഹ പ്രഭാവം, ഓസോൺ ശോഷണം, കാലാവസ്ഥാമാറ്റം — എല്ലാറ്റിനും പിന്നിൽ രസതന്ത്രം കൂടിയുണ്ട്. ശരിയല്ലേ? 1984 ഡിസംബറിൽ മധ്യപ്രദേശിലെ ഭോപ്പാലിൽ യൂണിയൻ കാർബൈഡ് കമ്പനിയിലുണ്ടായ വിഷവാതക (മീഥൈൽ ഐസൊ സയനൈഡ്) ദുരന്തം ആയിരക്കണക്കിന് പാവങ്ങളെ ശ്വാസം മുട്ടിച്ചുകൊന്നു. പതിനായിരക്കണക്കിനാളുകൾ നിത്യരോഗികളായി. കാസർഗോട്ടെ നിരവധി കിഴക്കൻ ഗ്രാമങ്ങളിൽ എൻഡൊസൾഫാൻ എന്ന രാസകീടനാശിനി നിത്യദുരിതം വിതച്ചു. ജപ്പാനിലെ മീനമാതയിൽ മെർക്കുറിവിഷബാധമൂലം എത്രപേരാണ് നിത്യ രോഗികളായി മാറിയത്! രാസവസ്തുക്കളെ ജനവിരുദ്ധമായ രീതിയിൽ കൈകാര്യം ചെയ്തതിന്റെ അനന്തര ഫലങ്ങളല്ലേ ഇതെല്ലാം?

വികസനം ഈ രീതിയിലാണോ വേണ്ടത്? സുസ്ഥിരവികസനം എന്ന ആശയം ഇന്ന് ഏറെ ശക്തിപ്പെട്ടുവന്നിട്ടുണ്ട്. കൂടുതൽ ആളുകൾക്ക് കൂടുതൽക്കാലം കൂടുതൽഫലപ്രദമായും ഗുണകരമായും പ്രകൃതിവിഭവങ്ങളും മനുഷ്യനിർമിതികളും ഉപയോഗപ്പെടുത്താൻ കഴിയണം. രസതന്ത്രത്തിന് ഇക്കാര്യത്തിൽ ഒരു മുഖ്യപങ്കുതന്നെ വഹിക്കാനുണ്ട്. പ്രകൃതിക്കിണങ്ങിയ രാസവസ്തുക്കൾ, പരിസ്ഥിതിസൗഹൃദപരമായ രാസവസ്തുക്കൾ ഉൽപ്പാദിപ്പിക്കാൻ രസതന്ത്രം വിചാരിച്ചാൽ കഴിയും. ഈ രീതിയിൽ പരിസ്ഥിതി സൗഹൃദപരമായ ഒരു രസതന്ത്രത്തെക്കുറിച്ചുള്ള സ്വപ്നങ്ങളാണ് 'ഗ്രീൻ കെമിസ്ട്രി' യുടെ ആവിർഭാവത്തിനുകാരണം.

ഹരിതരസതന്ത്രം എന്തുചെയ്യുന്നു? രാസമാലിന്യങ്ങൾ അടിഞ്ഞുകൂടുന്നത് പരമാവധി കുറയ്ക്കാൻ സഹായകമായ ഒരു സാങ്കേതിക വിദ്യയാണ് അതിന്റെ ലക്ഷ്യം. മണ്ണിൽ അലിഞ്ഞു ചേരുന്ന പ്ലാസ്റ്റിക്കും മറ്റും കണ്ടെത്താനുള്ള ശ്രമങ്ങൾ ഇതിന്റെ ഭാഗമായി നടന്നുകൊണ്ടിരിക്കുന്നു.

പാഠ്യപദ്ധതിയിൽ ഗ്രീൻ കെമിസ്ട്രിക്ക് പരമാവധി പ്രാധാന്യം നൽകണമെന്ന് ഹരിത രസതന്ത്രം ശുപാർശചെയ്യുന്നു. ഉൽപ്പന്നങ്ങളുടെ മേന്മകളെക്കുറിച്ചുമാത്രം അറിവുനൽകിയതുകൊണ്ടായില്ല. ഏത് പുതിയ സാധനമുണ്ടാക്കുമ്പോഴും അതുമൂലമുണ്ടാകാനിടയുള്ള ദോഷങ്ങളെക്കുറിച്ചും വിവരം നൽകാൻ കഴിയണം. ദോഷകാരികളായ രാസവസ്തുക്കളുടെ ഉപയോഗം പരമാവധികുറയ്ക്കാൻ കഴിയണം. അവയ്ക്കുപകരമായി ബദൽ നിർദേശങ്ങൾ മുന്നോട്ടു വെക്കണം. ഈ രീതിയിൽ തികഞ്ഞ സാമൂഹ്യ ബോധത്തിൽ അധിഷ്ഠിതമായ ഒരു രസതന്ത്രത്തിനുവേണ്ടിയുള്ള മുറവിളിയാണ് ഹരിത രസതന്ത്രത്തെ യാഥാർഥ്യ തലത്തിൽ എത്തിച്ചിരിക്കുന്നത്.

മാനവരാശിയുടെ ഭാവി, ഭൂമി എന്ന ഗ്രഹത്തിന്റെ നിലനിൽപ്പ്, ശോഭനമാക്കാൻ കഴിയുംവിധം ഹരിതരസതന്ത്രം ശക്തിയാർജിക്കുമെന്ന് നമുക്കു പ്രതീക്ഷിക്കാം.

www.ingramcontent.com/pod-product-compliance
Lightning Source LLC
LaVergne TN
LVHW060410051026
849518LV00007B/2500
9788126204083